# ലോകപ്രശസ്ത ബാലകഥകൾ

**lokaprashastha balakathakal**

•

*prof. s sivadas*

•

*first edition*
june 2011

•

*second edition*
february 2016

•

*typesetting & published*
chintha publishers, thiruvananthapuram

•

*cover*
suresh r

•

*illustration*
satheesh p k



***വിതരണം***

**ദേശാഭിമാനി ബുക്ക് ഹൗസ്**

H O തിരുവനന്തപുരം-695 035
phone: 0471-2303026, 6063026
www.chinthapublishers.com
chinthapublishers@gmail.com

***ബ്രാഞ്ചുകൾ***

ഹെഡ്ഡാഫീസ് ബ്രാഞ്ച് കുന്നുകുഴി • സ്റ്റാച്യു തിരുവനന്തപുരം • കെ എസ് ആർ ടി സി ബസ് സ്റ്റേഷൻ ആലപ്പുഴ • കെ എസ് ആർ ടി സി ബസ് സ്റ്റേഷൻ എറണാകുളം • മച്ചിങ്ങൽ ലെയ്ൻ തൃശൂർ • ഐ ജി റോഡ് കോഴിക്കോട് • മാവൂർ റോഡ് കോഴിക്കോട് • എൻ ജി ഒ യൂണിയൻ ബിൽഡിങ് കണ്ണൂർ • സെൻട്രൽ ബസ് ടെർമിനൽ കോംപ്ലക്സ് താവക്കര കണ്ണൂർ

CR - 1494 / 3859
ISBN - 978-93-85045-97

# ലോകപ്രശസ്ത ബാലകഥകൾ

(ബാലസാഹിത്യം)

പ്രൊഫ. എസ് ശിവദാസ്

ചിന്ത പബ്ലിഷേഴ്സ്
തിരുവനന്തപുരം-695 035

# പ്രൊഫ. എസ് ശിവദാസ്

സ്വാതന്ത്ര്യസമരഭടനായിരുന്ന മണ്ഡപത്തിൽ ശങ്കരൻനായരുടെ പുത്രനായി 1940 ഫെബ്രുവരി പത്തൊൻപതിന് വൈക്കത്ത് ഉല്ലലയിൽ ജനിച്ചു. കേരള യൂണിവേഴ്സിറ്റിയിൽനിന്നും രസതന്ത്രത്തിൽ എം എസ് സി ബിരുദം നേടിയതിനുശേഷം കോട്ടയം സി എം എസ് കോളേജിൽ അധ്യാപകനായി, രസതന്ത്രവിഭാഗം തലവനായി റിട്ടയർ ചെയ്തു. മഹാത്മാഗാന്ധി യൂണിവേഴ്സിറ്റിയുടെ രസതന്ത്രം പോസ്റ്റ് ഗ്രാഡുവേറ്റ് ബോർഡ് ചെയർമാനായും സേവനമനുഷ്ഠിച്ചിട്ടുണ്ട്. കേരള ശാസ്ത്ര സാഹിത്യ പരിഷത്തിന്റെ കോട്ടയം ജില്ലാ കമ്മിറ്റിയുടെ സെക്രട്ടറിയായിരുന്ന പ്രൊഫ. ശിവദാസ് ദീർഘകാലം *യുറീക്ക മാസിക*യുടെ എഡിറ്ററുമായിരുന്നു. ശാസ്ത്രപ്രചാരകൻ, വിദ്യാഭ്യാസ പ്രവർത്തകൻ, എഡിറ്റർ, പരിസ്ഥിതി പ്രവർത്തകൻ, ഗ്രന്ഥകാരൻ, പ്രചോദകൻ എന്നീ നിലകളിൽ പ്രവർത്തിച്ചുവരുന്നു.

*ആരാ മാമാ ഈ വിശ്വമാനവൻ?, ശാസ്ത്രസല്ലാപം, Joy of Science, വായിച്ചാലും വായിച്ചാലും തീരാത്ത പുസ്തകം, ആറ്റം പുരാണം, നിങ്ങളുടെ മക്കളെ എങ്ങനെ മിടുമിടുക്കരാക്കാം, കീയോ കീയോ, പുസ്തകക്കളികൾ, വിജയമന്ത്രങ്ങൾ കുട്ടികൾക്ക്, ബുദ്ധിയുണർത്തും കഥകൾ, ജയിക്കാൻ പഠിക്കാം, മണ്ണും മനുഷ്യനും, സ്നേഹക്കഥകൾ സ്വപ്നക്കഥകൾ* തുടങ്ങി നൂറ്റിമുപ്പതിലേറെ ഗ്രന്ഥങ്ങളുടെ കർത്താവ്. കുട്ടികളിൽ ശാസ്ത്രബോധം വളർത്താനുള്ള നിരന്തരമായ പ്രവർത്തനങ്ങൾവഴി മറ്റു ഭാഷകൾക്കും മാതൃകയായതിന് ഭാരത സർക്കാരിന്റെ നാഷണൽ കൗൺസിൽ ഫോർ സയൻസ് ടെക്നോളജി കമ്യൂണിക്കേഷന്റെ ദേശീയ അവാർഡ്, ബാലസാഹിത്യത്തിനുള്ള NCERT അവാർഡ്, കേരള ബാലസാഹിത്യ ഇൻസ്റ്റിറ്റ്യൂട്ടിന്റെ സമഗ്ര സംഭാവനാ അവാർഡ്, കേരള സാഹിത്യ അക്കാദമി അവാർഡ്, ഭീമാ അവാർഡ്, കൈരളി ബുക്ക് ട്രസ്റ്റ് അവാർഡ്, AWIC ലൈഫ് ടൈം അച്ചീവ്മെന്റ് അവാർഡ്, കേരള സംസ്ഥാന ശാസ്ത്രസാങ്കേതിക പരിസ്ഥിതി കമ്മിറ്റി അവാർഡ്, SBI അവാർഡ് തുടങ്ങി അനേകം അംഗീകാരങ്ങൾ ലഭിച്ചിട്ടുണ്ട്.


| | |
|---|---|
| ഭാര്യ | : സുമ (കുമാരനല്ലൂർ ദേവീവിലാസം ഹൈസ്കൂൾ മുൻ ഹെഡ്മിസ്ട്രസ്) |
| മക്കൾ | : ദീപു, അപു (എഞ്ചിനീയർമാർ) |
| മരുമക്കൾ | : ദീപ, ഡോ. സരിത. |
| കൊച്ചുമക്കൾ | : പാർവതി, അപർണ |
| വിലാസം | : പ്രശാന്ത്, അണ്ണാൻകുന്ന്, കോട്ടയം 686 001 |
| ഫോൺ | : 0481 2560123 |
| മൊബൈൽ | : 9446380823 |
| E-mail | : ssivadas1@yahoo.com |

# ഉള്ളടക്കം

# 1

# സ്നോവൈറ്റിന്റെ കഥ

**വെ**ളുപ്പിന്റെ വെളുപ്പാണ് സ്നോയ്ക്ക്. ആ പാൽവെളുപ്പുള്ള ഓമനക്കുഞ്ഞിന് എന്തു പേരിടണം? സ്നോവൈറ്റ് എന്നുതന്നെ ഇടണം. ഒരു രാജാവും രാജ്ഞിയും അവർക്കുണ്ടായ മകൾക്ക് അങ്ങനെതന്നെ പേരിട്ടു. രാജാവും രാജ്ഞിയുംകൂടി അവരുടെ ഓമനക്കുഞ്ഞിനെ ഓമനിച്ചുതന്നെ വളർത്തി. നിലത്തു വച്ചാൽ ഉറുമ്പരിക്കും. തലയിൽ വച്ചാൽ പേനരിക്കും. അങ്ങനെയുള്ള ഓമനക്കുട്ടി. അവർ അവളെ നിലത്തുവയ്ക്കാതെ വളർത്തി. സ്നോവൈറ്റ് മിടുമിടുക്കിയായി വളർന്നു.

എന്നാൽ അതിനിടെ എന്നോ രാജ്ഞിക്ക് രോഗംപിടിച്ചു കിടപ്പിലായി. രോഗം കടുത്തു. പാവം രാജ്ഞി മരിച്ചു. രാജാവ് കരഞ്ഞു കരഞ്ഞു തളർന്നു. പിന്നെ തങ്ങളുടെ ആദ്യത്തെ കൺമണിയുടെ ചിരിയിൽ മയങ്ങി. അവളെ താലോലിച്ചു ദുഃഖം മറന്നു.

പിന്നെയും ഒരു കൊല്ലം കഴിഞ്ഞു. രാജാവായാൽ രാജ്ഞി വേണം. ഒറ്റയ്ക്കൊരാൾ എത്രനാൾ കഴിയും? രാജാവിന്റെ ബന്ധുക്കൾ അങ്ങനെ തർക്കിച്ചു. രാജാവിന് വേറെ കല്യാണം ആലോചിച്ചു. അനേകം സുന്ദരിമാരുടെ ആലോചനകൾ വന്നു. അവസാനം ഏറ്റവും സുന്ദരിയായ ഒരു രാജകുമാരിയെ രാജാവ് കല്യാണം കഴിച്ച് കൊട്ടാരത്തിലേക്കു കൊണ്ടുവന്നു.

പുതിയ രാജകുമാരിക്ക് ഒറ്റ വിചാരമേ ഉണ്ടായിരുന്നുള്ളൂ. തന്റെ സൗന്ദര്യത്തെപ്പറ്റിയുള്ള വിചാരം. ഞാൻ സുന്ദരിയല്ലേ? സുന്ദരിതന്നെയല്ലേ? അവൾ എന്നും രാജാവിനോടു ചോദിക്കും.

അതെയതെ. രാജാവ് സമ്മതിക്കും. രാജാവ് രാവിലെ രാജസദസ്സ് കൂടാൻ പോകും. പോയാലുടൻ രാജ്ഞി തന്റെ മുറിയിൽ കയറും. അവിടെ ഭിത്തിയിൽ ഒരു മാന്ത്രികക്കണ്ണാടി തൂക്കിയിട്ടിട്ടുണ്ടായിരുന്നു. അവൾ അതിനു മുന്നിൽ നിൽക്കും. നിന്നുകൊണ്ട് മാന്ത്രികക്കണ്ണാടിയോടു ചോദിക്കും.

"കണ്ണാടീ കണ്ണാടീ
സത്യം പറയും കണ്ണാടീ
സത്യം പറയൂ കണ്ണാടീ
ആരാണേറ്റം വലിയ സുന്ദരി?"

ഉടൻ മാന്ത്രികക്കണ്ണാടി ഉത്തരം പറയും.

"സത്യം പറയാം സുന്ദരീ
നീ തന്നെ സുന്ദരി
സുന്ദരികളിലെ സുന്ദരി
ഒന്നാം നമ്പർ സുന്ദരി."

അതു കേൾക്കുന്നതോടെ രാജ്ഞിക്കു സമാധാനമാകും. എന്നാലും ഇടയ്ക്കിടെ അവൾക്കു പിന്നെയും സംശയമുണ്ടാകും. സ്നോവൈറ്റ് ഒരു വെള്ളപ്പറവയെപ്പോലെ കൊട്ടാരത്തിലൂടെ ഓടിച്ചാടി ചിരിച്ചു കളിച്ചു നടക്കുന്നതുകാണുമ്പോഴായിരുന്നു രാജ്ഞിയുടെ സംശയം. ഈ പാൽവെള്ളക്കുട്ടിക്ക് എന്നേക്കാൾ വെളുപ്പുണ്ടോ? ഇവൾ വളർന്നു വരുമ്പോൾ എന്നേക്കാൾ സുന്ദരിയാകുമോ? അതോടെ രാജ്ഞിക്ക് സ്നോവൈറ്റിനോട് അസൂയയാകും. വെറുപ്പാകും. ദേഷ്യവുമാകും.

അങ്ങനെ കുറേനാളുകൾ കഴിഞ്ഞു. സ്നോവൈറ്റ് വളർന്നു. യുവതിയായി വന്നു. അതിസുന്ദരിയുമായി. അന്നൊരു ദിവസം രാജ്ഞി മാന്ത്രികക്കണ്ണാടിക്കു മുന്നിൽ നിന്ന് പഴയ ചോദ്യം ചോദിച്ചു. താനല്ലേ ഒന്നാം നമ്പർ സുന്ദരി എന്ന്. സത്യം മാത്രം പറയുന്ന മാന്ത്രികക്കണ്ണാടി ഉടൻ പറഞ്ഞു:

"നീയായിരുന്നു ഏറ്റവും വലിയ സുന്ദരി. എന്നാലിന്ന് സ്നോവൈറ്റാണ് ഒന്നാം നമ്പർ സുന്ദരി.
സുന്ദരികളിലെ സുന്ദരി
സൗന്ദര്യറാണി."

അതുകേട്ടതോടെ രാജ്ഞിക്കു കലിയിളകി. അവളൊരു ഭ്രാന്തിയായി. ഉടൻ ഒരു ജോലിക്കാരനെ വിളിച്ചുവരുത്തി. സ്നോവൈറ്റിനെ കാട്ടിൽ കൊണ്ടുപോയി കൊല്ലാൻ ഉത്തരവിട്ടു.

ജോലിക്കാരൻ സ്നോവൈറ്റിനേയുംകൊണ്ട് കാട്ടിലെത്തി. മുല്ലപ്പൂപോലെയൊരു പെൺകുട്ടി. ലില്ലിപ്പൂവിന്റെ സൗന്ദര്യമുള്ള കൊച്ചുപെൺകുട്ടി. തന്റെ മകളുടെ പ്രായം പോലുമില്ലാത്ത കുട്ടി. കൗമാരം കഷ്ടിച്ചു കഴിയാത്ത പാവം കുട്ടി. അതിനെ കൊല്ലാനോ! ജോലിക്കാരൻ സ്നോവൈറ്റിനോടു പറഞ്ഞു: "എനിക്കു കുട്ടിയെ കൊല്ലാൻ പറ്റില്ല. കുട്ടി എവിടെയെങ്കിലും പോയി രക്ഷപ്പെട്ടോളൂ."

ജോലിക്കാരൻ തിരിച്ചുപോയി. സ്നോവൈറ്റ് കാട്ടിലൂടെ നടന്നു. അധികം അകലെയല്ലാതെ ഒരു കുടിൽ കണ്ടു. അവൾ അങ്ങോട്ടു ചെന്നു. കതകിൽ മുട്ടി. എന്നാൽ ആരും അതു തുറന്നില്ല. അവൾ കതകിൽ തള്ളിനോക്കി. അപ്പോഴതു താനേ തുറന്നു. അവൾ ഉള്ളിൽ കടന്നു. അവിടെ ഒരു കൊച്ചു മേശ കണ്ടു. തീരെ പൊക്കംകുറഞ്ഞ മേശ. മേശയ്ക്കുചുറ്റും ഏഴു കസേരകൾ. കൊച്ചുകസേരകൾ. അടുത്ത് ഏഴു പൊക്കംകുറഞ്ഞ കുട്ടിക്കട്ടിലുകളും. എല്ലാം കണ്ട് അവൾ അത്ഭുതപ്പെട്ടുനിന്നു. പിന്നെ മേശപ്പുറത്തുനിന്നും കുറച്ചു ഭക്ഷണം എടുത്തുതിന്നു. ഒരു കട്ടിലിൽക്കിടന്ന് ഉറങ്ങി.

രാത്രിയായി. അപ്പോൾ കുടിലിലേക്ക് ആരോ വരുന്ന ഒച്ച കേട്ടു. അവൾ പേടിച്ച് എഴുന്നേറ്റുനിന്നു. അതാ ഏഴു കൊച്ചു മനുഷ്യർ. പൊക്കം കുറഞ്ഞ കുള്ളന്മാർ. അവരുടെ താമസസ്ഥലമായിരുന്നു ആ കുടിൽ. അവർ സ്വർണം തേടുന്നവരായിരുന്നു. രാവിലെ അവർ മലയോരത്തേക്കു പോകും. മണ്ണ് ഇളക്കി അരിച്ച് സ്വർണത്തരികൾ ശേഖരിക്കും. രാത്രി തിരിച്ചെത്തും. അതായിരുന്നു അവരുടെ പതിവ്.

സ്നോവൈറ്റിന്റെ കഥ കേട്ട് അവരുടെ മനസലിഞ്ഞു. കുട്ടി ഇവിടെ താമസിച്ചോളൂ. ഞങ്ങൾക്കൊരു പെങ്ങൾ ഇല്ലല്ലോ. കുട്ടിയാകട്ടെ ഞങ്ങളുടെ പുന്നാരപ്പെങ്ങൾ. അവർ പറഞ്ഞു.

അങ്ങനെ സ്നോവൈറ്റ് ഏഴു ആങ്ങളമാരുടെ പുന്നാരപ്പെങ്ങളായി കാട്ടിൽ താമസമാക്കി. പിറ്റേന്ന് ആങ്ങളമാർ സ്വർണം ശേഖരിക്കാൻ യാത്രയായി. കുടിലിനു പുറത്തിറങ്ങുമ്പോൾ അവർ പറഞ്ഞു. "ആരേയും കുടിലിനുള്ളിൽ കയറ്റരുത്." സ്നോവൈറ്റ് തലകുലുക്കി.

അന്നും രാവിലെ രാജ്ഞി മാന്ത്രികക്കണ്ണാടിക്കു മുന്നിൽ നിന്നു. ഇനി താനല്ലേ ലോകത്തെ ഏറ്റവും വലിയ സുന്ദരി എന്നു ചോദിച്ചു. സ്നോവൈറ്റ് മരിച്ചു എന്നായിരുന്നു രാജ്ഞിയുടെ വിചാരം.

എന്നാൽ കള്ളം പറയാത്ത കണ്ണാടി സത്യം പറഞ്ഞു.

"പണ്ട് നീയായിരുന്നു ഒന്നാം നമ്പർ സുന്ദരി.

എന്നാലിന്നു സ്നോവൈറ്റുതന്നെ വലിയ സുന്ദരി."

അതുകേട്ടതും രാജ്ഞി കോപംകൊണ്ട് വിറച്ചു. അപ്പോൾ സ്നോവൈറ്റ് മരിച്ചിട്ടില്ലേ? എങ്കിലവളെ വിഷം കൊടുത്തു വീഴ്ത്തണം. രാജ്ഞി തീരുമാനിച്ചു. അവർ ഒരു അമ്മൂമ്മയുടെ വേഷം കെട്ടി. വിഷം കുത്തിവച്ച ഒരു ആപ്പിളും കൈയിലെടുത്തു. കാട്ടിലേക്കു പോയി. അവിടെയും ഇവിടെയുമൊക്കെ അന്വേഷിച്ചുനടന്ന് സ്നോവൈറ്റിന്റെ താമസസ്ഥലം കണ്ടുപിടിച്ചു. അവിടെച്ചെന്ന് കുടിലിൽ മുട്ടി.

"സുന്ദരിക്കുട്ടീ, പഞ്ചാരക്കുട്ടീ, കതകു തുറക്ക്. ഞാൻ നിന്റെ അമ്മൂമ്മ. നിനക്ക് ആപ്പിളുമായി വന്നിരിക്കുന്ന അമ്മൂമ്മ."

സ്നോവൈറ്റിന് ആപ്പിളിനോടായിരുന്നു ഏറ്റവും വലിയ ഇഷ്ടം. അതറിയാവുന്നതുകൊണ്ടായിരുന്നു രാജ്ഞി ആപ്പിളുമായി ചെന്നത്. ആപ്പിൾ എന്നു കേട്ടതോടെ സ്നോവൈറ്റ് ആങ്ങളമാരുടെ ആജ്ഞ മറന്നു. കതകുതുറന്നു. അമ്മൂമ്മയുടെ കൈയിൽ നിന്നും ആപ്പിൾ വാങ്ങി. ഒന്നു കടിച്ചപ്പോൾത്തന്നെ അവൾ ബോധം കെട്ടു നിലത്തുവീണു. അതുകണ്ട് സന്തോഷത്തോടെ രാജ്ഞി ഓടിപ്പോയി.

വൈകിട്ട് ആങ്ങളമാർ തിരിച്ചെത്തി. സ്നോവൈറ്റ് ബോധം കെട്ട് കിടക്കുന്നതുകണ്ട് സങ്കടപ്പെട്ടു. അവർ ഒരു ഗ്ലാസ്പെട്ടി എടുത്തുകൊണ്ടുവന്നു. സ്നോവൈറ്റിനെ അതിനകത്തു കിടത്തി. എല്ലാവരും കാണത്തക്കവിധം മുറിയിൽ വച്ചു.

പിന്നീടൊരു ദിവസം ഒരു രാജകുമാരൻ അതുവഴി വന്നു. അടുത്ത രാജ്യത്തെ രാജാവിന്റെ മകനായിരുന്നു ആ രാജകുമാരൻ. നായാട്ടിനു കാട്ടിൽ കയറി കറങ്ങി നടന്നായിരുന്നു ആ കുടിലിനുള്ളിലെത്തിയത്. അവിടെ അതാ ഒരു സുന്ദരി. ഒരു കണ്ണാടിക്കൂട്ടിൽ കിടന്നുറങ്ങുന്നു. എന്തൊരു സുന്ദരി! എത്ര മനോഹരമായ മുഖം!

സ്നോയുടെ വെളുവെളുപ്പ്. ഒരു മാലാഖയുടെ മുഖംപോലെ മനോഹരം. ഒരു സ്വപ്നം പോലെ, ഒരു പൂപോലെ, കുളിർ നിലാവുപോലെ, ഒരു സുന്ദരി! രാജകുമാരൻ കണ്ണാടിക്കൂടു തുറന്നു. അവളെ ചുംബിച്ചു. രാജകുമാരന്റെ മുഖം അവളുടെ നെറ്റിയിൽ തൊട്ടതും അവൾ ഉണർന്നു. പുഞ്ചിരിച്ചു. എഴുന്നേറ്റിരുന്നു.

രാജകുമാരന് അവളെ ഇഷ്ടമായി. നിനക്ക് എന്നെ ഇഷ്ടമായോ? നീ എന്നെ കല്യാണം കഴിക്കുമോ? രാജകുമാരൻ ചോദിച്ചു. സ്നോവൈറ്റ് മനോഹരമായി പുഞ്ചിരിച്ചു. രാജകുമാരനെ ഇഷ്ടമായി എന്നു പറഞ്ഞു. വിവാഹത്തിനു സമ്മതം മൂളി.

വൈകിട്ട് ആങ്ങളമാർ എത്തി. അതോടെ കുടിലിൽ ഉത്സവമായി. അവർ കല്യാണത്തിനു വേണ്ടതെല്ലാം ഒരുക്കാൻ തുടങ്ങി.

പിറ്റേന്നു നേരം പുലർന്നു. രാജ്ഞി പതിവുപോലെ മാന്ത്രിക കണ്ണാടിക്കു മുന്നിൽ ചെന്നുനിന്നു. "താനല്ലേ ഏറ്റവും വലിയ സുന്ദരി" എന്നു ചോദിച്ചു. സ്നോവൈറ്റ് മരിച്ചുപോയി എന്നായിരുന്നു അവർ കരുതിയത്.

"നീയല്ല നീയല്ല ഇന്നു ലോകസുന്ദരി.
സ്നോവൈറ്റുതന്നെ സുന്ദരിമണി.
സുന്ദരികളിൽ സുന്ദരി
ലില്ലിപ്പൂപോലെ സുന്ദരി."

അതുകേട്ടതോടെ രാജ്ഞി ശരിക്കും ഭ്രാന്തിയായി. അവർ മാലകൾ വലിച്ചെറിഞ്ഞു. തലമുടി അഴിച്ചിട്ടു. വിലകൂടിയ വസ്ത്രം വലിച്ചുകീറി. കൊട്ടാരംവിട്ട് പുറത്തേക്ക് ഓടി. ഓടിയോടി നാടുവിട്ടു.

പിറ്റേന്നുതന്നെ സ്നോവൈറ്റിന്റെ കല്യാണം കഴിഞ്ഞു. ഏഴ് ആങ്ങളമാരുംകൂടി രാജകുമാരന് അവളെ കല്യാണം കഴിച്ചുകൊടുത്തു. സ്നോവൈറ്റ് രാജകുമാരന്റെ കൊട്ടാരത്തിലേക്കു പോയി. അവിടെ അനേകകാലം സുഖമായി ജീവിച്ചു. ഏഴ് ആങ്ങളമാരും അവിടെ അവൾക്കു കാവലായി തുണയായി ആനന്ദമായി ജീവിച്ചു.

# 2

## മൂന്നു പന്നിക്കുഞ്ഞുങ്ങളുടെ കഥ

**മൂ**ന്നു പന്നിക്കുഞ്ഞുങ്ങളുടെ കഥ രസമുള്ള കഥയാണ്. ഒരമ്മ പെറ്റ മക്കളായിരുന്നു മൂന്നുപേരും. ഒരു കാട്ടിലായിരുന്നു അവരുടെ താമസം. കാടെന്നു പറഞ്ഞാൽ കൊടുങ്കാട്. വലിയ വലിയ മരങ്ങൾ. ഇടയ്ക്കു ചെറിയ ചെറിയ മരങ്ങളും. വലിയ മരങ്ങളിലും ചെറിയ മരങ്ങളിലും നിറയെ വള്ളിപ്പടർപ്പുകൾ. കാടിന്റെ ഇരുട്ടിൽ അനേകം ജന്തുക്കൾ. മണ്ണിര മുതൽ മരത്തവളവരെ. വലുതും ചെറുതുമായ അനേകം ജന്തുക്കൾ.

അയ്യയ്യോ അത്തരമൊരു വൻകാട്ടിൽ മൂന്നു കുഞ്ഞുപന്നിക്കുട്ടികൾ. മറ്റാരും തുണയില്ലാതെ അവരെങ്ങനെ ജീവിക്കും? എന്നാൽ അവർ അങ്ങനെതന്നെയായിരുന്നു ജീവിച്ചത്. ഓർമ വച്ചനാൾ മുതൽ അവർ അങ്ങനെയായിരുന്നു ജീവിച്ചത്. പെറ്റമ്മയെ കണ്ട ഓർമപോലുമില്ല. അച്ഛനേയും ആരും കണ്ടിട്ടില്ല.

മൂന്ന് പന്നിക്കുഞ്ഞുങ്ങളിൽ രണ്ടുപേർ ചേട്ടന്മാരായിരുന്നു. മൂന്നാമത്തേത് കുഞ്ഞിപ്പെണ്ണുങ്ങളും. രണ്ടു ചേട്ടന്മാർക്കുള്ള കുഞ്ഞിപ്പെണ്ണുങ്ങളെ അവർ മത്സരിച്ചു സ്നേഹിച്ചു. മൂന്നുമെയ്യാണെങ്കിലും ഒറ്റ മനസായി അവർ ജീവിച്ചു. സന്തോഷമായി ജീവിച്ചു. കാട്ടുകിഴങ്ങു കണ്ടെത്തി തിന്നും കാട്ടുപഴങ്ങൾ തേടിപ്പിടിച്ചു തിന്നും അവർ സന്തോഷമായി ജീവിച്ചു.

അങ്ങനെയങ്ങനെ അവർ ജീവിച്ചുവരുമ്പോഴായിരുന്നു കാട്ടിലൊരു ശല്യമുണ്ടായത്. എവിടെനിന്നോ അവിടെയൊരു ചതിയൻ ചെന്നായ എത്തി. വലിയ ഒരു ചെന്നായ. ക്രൂരനായ ഒരു

ചെന്നായ. എത്ര ഇരകളെ പിടിച്ചുതിന്നാലും മതിവരാത്ത തീറ്റഭ്രാന്തൻ ചെന്നായ. ഒരു ദിവസം ആ ഭ്രാന്തൻ ചെന്നായ പന്നിക്കുട്ടികളെ കണ്ടു. കണ്ടതും അവന്റെ വായിൽ വെള്ളം നിറഞ്ഞു. അവൻ കണ്ണുമിഴിച്ച് പന്നിക്കുട്ടികളെ കണ്ടു. എന്നിട്ട് ഉറക്കെ പ്രഖ്യാപിച്ചു. "നേരായ വഴിയിലായാലും വളഞ്ഞ വഴിയിലായാലും ഞാൻ ഈ മൂന്നു കുഞ്ഞിക്കുടങ്ങളേയും പിടിച്ചുതിന്നും. തിന്നും തിന്നും തിന്നും."

അവന്റെ വർത്തമാനം പന്നിക്കുഞ്ഞുങ്ങൾ കേട്ടു. കേട്ടതും അവർ പേടിച്ചുവിറച്ചു. ഇനി നമ്മൾ എന്തുചെയ്യും? എന്തു ചെയ്യണം? അവർ കൂടിയാലോചിച്ചു. കാക്കയമ്മയോടും കുയിലമ്മയോടും കാര്യമാലോചിച്ചു. മുയലേട്ടനോടും മുള്ളൻമാമനോടും പല പ്രാവശ്യം ആലോചിച്ചു. രക്ഷപ്പെടാൻ ഒറ്റ വഴിയേയുള്ളൂ. ഈ കൊടുംകാട്ടിൽനിന്നും മാറുക. കുറ്റിക്കാട്ടിലെവിടെയെങ്കിലും വീടു കെട്ടി താമസിക്കുക. കാലൻചെന്നായയുടെ കണ്ണിൽപ്പെടാതെ കാലം കഴിക്കുക. അവർ അങ്ങനെതന്നെ തീരുമാനിച്ചു. കാടുകടന്നു കുറ്റിക്കാട്ടിലെത്തി.

വീടുകെട്ടാൻ പറ്റിയ ഇടംതേടി നടന്നു.

"എനിക്ക് എളുപ്പത്തിലൊരു വീടുകെട്ടിയാൽ മതി. എന്നിട്ട് കളിച്ചുരസിക്കണം." ചേട്ടൻപന്നി പറഞ്ഞു.

"എനിക്കും. കഷ്ടപ്പെടാനൊന്നും എനിക്കുവയ്യ." രണ്ടാമനും പറഞ്ഞു.

"എളുപ്പത്തിൽ കെട്ടുന്നത് എളുപ്പത്തിൽ പൊളിയും. കഷ്ടപ്പെട്ടായാലും ബലമുള്ള വീടു കെട്ടിയാൽ ആർക്കും തകർക്കാൻ പറ്റില്ല." കുഞ്ഞിപ്പെങ്ങൾ ചേട്ടന്മാരെ ഉപദേശിച്ചു. എന്നാൽ മടിയന്മാരായ ചേട്ടന്മാർ അവൾ പറഞ്ഞത് ഗൗനിച്ചില്ല.

കുറ്റിക്കാട്ടിലൊരിടത്ത് വൈക്കോൽക്കെട്ടുകൾ കൂട്ടിയിട്ടിരിക്കുന്നത് ചേട്ടൻപന്നിക്കുട്ടൻ കണ്ടു. "ഹായ് ഹായ് രക്ഷപ്പെട്ടു. ഞാൻ ഈ വൈക്കോൽക്കെട്ടുകൾ അടുക്കി ഒരു വീടുണ്ടാക്കാം." അവൻ വൈക്കോൽക്കെട്ടുകൾ അടുക്കി നല്ല ഭംഗിയുള്ള ഒരു വീടുണ്ടാക്കി.

മറ്റു രണ്ടു പന്നിക്കുഞ്ഞുങ്ങളും വീടിനിടം തേടി നടന്നു. അപ്പോൾ ഒരിടത്ത് ചുള്ളിക്കമ്പുകളുടെ ഒരു കൂമ്പാരം കണ്ടു. ഉടൻ രണ്ടാമൻ അവിടെ നിന്നു. "കുഞ്ഞിപ്പെങ്ങളേ പോയി വേറെ ഇടം കണ്ടെത്തിക്കൊള്ളൂ. ഞാനീ കമ്പുകൾകൊണ്ട് എളുപ്പത്തിലൊരു വീടുകെട്ടാം." അവൻ പറഞ്ഞു. വീടു പണിയും തുടങ്ങി. പെട്ടെന്ന് പണിയും തീർന്നു.

കുഞ്ഞിപ്പെങ്ങൾ വളരെയേറെ നടന്നു. പറ്റിയ സ്ഥലവും പറ്റിയ സാധനവും കിട്ടേണ്ടേ? അങ്ങനെ അവസാനം അവൾ നല്ല കല്ലുകൾ കൂടിക്കിടന്നിരുന്ന ഒരിടത്തെത്തി. നന്നായി. നല്ല സ്ഥലം. കൊടുംകാട്ടിൽനിന്നും നല്ല ദൂരത്തിലുള്ള സ്ഥലം. കല്ലുകളോ നല്ല ഭാരവും ബലവുമുള്ളവ. കഷ്ടപ്പെട്ടാലും ഈ കല്ലുകൾകൊണ്ടുള്ള വീട് വീടായിരിക്കും. ബലമുള്ള വീട്. ആർക്കും തകർക്കാനാകാത്ത വീട്. കുഞ്ഞി അങ്ങനെയൊക്കെ ചിന്തിച്ചുകൊണ്ട് വീടിനു പറ്റിയ സ്ഥലം നിശ്ചയിച്ചു. നല്ല കല്ലു ചുമന്നു വീടുകെട്ടാൻ തുടങ്ങി.

അതിരാവിലെ തുടങ്ങിയ പണി മണിക്കൂറുകൾ കഴിഞ്ഞിട്ടും തീർന്നില്ല. അപ്പോഴൊക്കെ ചേട്ടന്മാർ ഓടിക്കളിച്ചും ഒളിച്ചുകളിച്ചും രസിക്കുകയായിരുന്നു. പെങ്ങൾക്കെന്താ ഭ്രാന്താണോ? ഇങ്ങനെ

കിടന്നു കഷ്ടപ്പെടുന്നതെന്തിനാണ്? അവർ ഇടക്ക് അങ്ങനെ ചോദിക്കുന്നുമുണ്ടായിരുന്നു.

കുഞ്ഞിപ്പെങ്ങൾ അതൊന്നും ഗൗനിച്ചില്ല. അവൾ കഷ്ടപ്പെട്ടു പണിതു. വിയർപ്പൊഴുക്കി കല്ലുകൾ ചുമന്നുകെട്ടി. മേൽക്കൂരയിലും കല്ലടുക്കി. ഉയരത്തിലൊരു പുകക്കുഴലുമുണ്ടാക്കി. അടുക്കളയിൽ വലിയ അടുപ്പുകളും പണിതു. അങ്ങനെ ഒരു ദിവസം രാപ്പകൽ പണിത് അവൾ നല്ല ബലമുള്ള ഒരു വീടുണ്ടാക്കി. അതിൽ കേറി താമസിച്ചു.

ചതിയൻ ചെന്നായ മൂന്നു പന്നിക്കുഞ്ഞുങ്ങളേയും തേടി കൊടുംകാടു മുഴുവൻ അലഞ്ഞു. അമ്പട! അവർ എന്നെ പേടിച്ചു കുറ്റിക്കാട്ടിലേക്കു മാറിയിരിക്കാം. ചതിയൻ ചെന്നായ അങ്ങനെ ഊഹിച്ചു. അവൻ അടുത്ത ദിവസം കുറ്റിക്കാട്ടിൽ അവരെ തെരഞ്ഞു. തെരഞ്ഞുതെരഞ്ഞു ചെന്നപ്പോൾ അതാ അവിടെയൊരു വൈക്കോൽ വീട്. ഹഹഹഹ! വിഡ്ഢിക്കുഞ്ഞുങ്ങൾ വൈക്കോൽ കൊണ്ടു വീടുണ്ടാക്കി ഒളിച്ചിരിക്കുന്നു! എനിക്ക് ഇന്ന് അവരെ പിടിക്കാൻ പറ്റും. ചതിയൻ ചെന്നായ അങ്ങനെ ചിന്തിച്ചു. കുറ്റിക്കാട്ടിലൊളിച്ചിരുന്നു. വേഷം മാറി. ഒരു അമ്മൂമ്മയുടെ വേഷം കെട്ടി. കൈയിലൊരു അപ്പക്കൂടയുമെടുത്ത് വൈക്കോൽ വീടിനു മുന്നിൽ ചെന്നുനിന്നു. ഒച്ചമാറ്റി വിളിച്ചുപറഞ്ഞു.

"കൊച്ചു പന്നിക്കുഞ്ഞേ, പൊന്നുകുഞ്ഞേ, പുന്നാരക്കുഞ്ഞേ, മുത്തേ, അമ്മൂമ്മയെ അകത്തുകയറ്റൂ. ഞാൻ അപ്പവും കൊണ്ടുവന്നിരിക്കുന്ന പൊന്നമ്മൂമ്മയാണ്."

എന്നാൽ എത്ര ഒച്ചമാറ്റിയിട്ടും ചെന്നായയുടെ ചെലമ്പനൊച്ച പുറത്തുവന്നു. വൈക്കോൽ വീട്ടിലിരുന്ന ചേട്ടൻ പന്നിക്കുട്ടിക്ക് ഒച്ച തിരിച്ചറിയാൻ കഴിഞ്ഞു. അത് ചെന്നായയാണെന്ന് അവനു മനസിലായി.

"എന്റെ കണ്ണിലെ കണ്ണാണെ. മുഖത്തെ രോമമാണെ, വായിലെ പല്ലാണെ ഞാൻ നിന്നെ അകത്തുകടത്തില്ല ചതിയാ" അവൻ വിളിച്ചുപറഞ്ഞു.

അപ്പോൾ ചെന്നായക്ക് കലികയറി. അവൻ ചീറ്റി. ഊതി. ഊതിയൂതി ചീറ്റിച്ചീറ്റി, അവൻ വൈക്കോൽക്കഷണങ്ങളെ പറത്തിപ്പറത്തി, പരത്തി പരത്തി, കറക്കി കറക്കി, അകലേക്ക് ചിതറിച്ചു. അതുകണ്ട് ചേട്ടൻപന്നിക്കുട്ടി ഓടി. ഓടിയോടി അകലെയുണ്ടായിരുന്ന അനുജന്റെ വീട്ടിൽ കയറി വാതിലടച്ചു. അവർ കെട്ടിപ്പിടിച്ചിരുന്നു പേടിമാറ്റി.

അന്നു ചെന്നായ തളർന്നു തിരിച്ചുപോയി. ഞാനിനിയും വരും. നിങ്ങളെ മൂന്നിനെയും കണ്ടുപിടിക്കും. കടിച്ചുകീറി തിന്നും. തിരിച്ചു നടക്കുമ്പോൾ അവൻ വിളിച്ചുപറഞ്ഞു.

അടുത്ത ദിവസം ചതിയൻ ചെന്നായ കൂടുതൽ വാശിയോടെ വന്നു. കുറ്റിക്കാട്ടിൽ അങ്ങോട്ടുമിങ്ങോട്ടും ഓടി. തെക്കുവടക്കും കിഴക്കുപടിഞ്ഞാറും പലതവണ ഓടി. ഓടുന്നതിനിടെ ചുറ്റും പരതി. അങ്ങനെ തെരഞ്ഞപ്പോൾ ഒരു കുറ്റിമരച്ചുവട്ടിൽ അവനൊരു ചുള്ളി ക്കമ്പു വീടുകണ്ടു. ഹ ഹ ഹ ഹ! ഇപ്രാവശ്യം ചുള്ളിക്കമ്പുകൾ കൊണ്ടാണോ വീടുണ്ടാക്കിയിരിക്കുന്നത്! നന്നായി. എനിക്കിത് ഒറ്റ ഊതിന് പറപ്പിക്കാൻ പറ്റും. അവൻ പരിഹാസത്തോടെ പറഞ്ഞു.

അവൻ കുറ്റിക്കാട്ടിലൊളിച്ചിരുന്ന് ഒരു ആടമ്മയുടെ വേഷം കെട്ടി. എന്നിട്ട് ചുള്ളിക്കമ്പു വീടിനു മുന്നിൽ ചെന്നുനിന്നുപറഞ്ഞു.

“പൊന്നുമക്കളേ കുഞ്ഞുമക്കളേ പുന്നാരക്കുഞ്ഞുങ്ങളേ

ഇത് ആടമ്മയാണു പറയുന്നത്. നിങ്ങൾ വാതിൽ തുറക്ക്. ഞാനകത്തുവരട്ടെ. നിങ്ങളെ പാലുകുടിപ്പിച്ചു വയർ നിറയ്ക്കാം.”

എത്ര ഒച്ച മാറ്റിയിട്ടും പന്നിക്കുഞ്ഞുങ്ങൾക്ക് ആളെ പിടികിട്ടി. അതു കള്ളൻ ചതിയൻ ക്രൂരൻ ചെന്നായ തന്നെ.

“ഞങ്ങളാണെ ഞങ്ങളുടെ കണ്ണാണെ ചെവിയാണെ ഞങ്ങൾ നിന്നെ അകത്തു കടത്തുകയില്ല ചതിയാ. മഠയാ മരമണ്ടാ!” അവർ ഒന്നിച്ചു പറഞ്ഞു.

ചതിയൻ ചെന്നായയ്ക്ക് അവരുടെ മറുപടി കേട്ടതോടെ കലി കയറി. അവൻ കലിതുള്ളി ചീറ്റി. തുമ്മി. ഊതി. ചീറ്റിച്ചീറ്റി, തുമ്മി ത്തുമ്മി, ഊതിയൂതി, അവൻ ചുള്ളിക്കമ്പുകൾ ഒടിച്ചു, പറിച്ചു, പറ പ്പിച്ചു, പരത്തി, തുരത്തി! വീടിരുന്നിടത്ത് വീടിന്റെ അറ്റവും മുറിയും പോലുമില്ലാതായി.

“അയ്യോ അയ്യയ്യോ ചതിയൻ ചെന്നായ നമ്മളെ വിഴുങ്ങും. ഓടിക്കോ.” ചേട്ടൻ പറഞ്ഞു. അനിയനും പറഞ്ഞു. അവർ ഓടി. ഓടിയോടി കുറ്റിക്കാട്ടിലൊളിച്ചു. ഒളിച്ചും പതുങ്ങിയും ഓടിയും ചാടിയും അങ്ങകലെ കുഞ്ഞിപ്പെങ്ങളുടെ കല്ലുവീടിനടുത്തെത്തി. ചേട്ടന്മാർ പേടിച്ചുവിറച്ച് ഓടിവരുന്നതുകണ്ടപ്പോഴെ കുഞ്ഞി പ്പെങ്ങൾക്കു കാര്യം പിടികിട്ടി. അവൾ കല്ലുവാതിൽ തുറന്നു. ചേട്ടന്മാരെ അകത്തുകയറ്റി. പിന്നെ വാതിലടച്ചു.

ചതിയൻ ചെന്നായ കുറ്റിക്കാട്ടിൽ പന്നിക്കുഞ്ഞുങ്ങളെ തെര ഞ്ഞുനടന്നു. പിന്നെ തിരിച്ചുനടന്നു. ഞാൻ നാളെയും വരും. നാളെ നിങ്ങളെ കണ്ടുപിടിക്കും. ഇതു കട്ടായം. നാളെ നിങ്ങളെ തിന്നു

കയും ചെയ്യും. ഞാനൊരു ചെന്നായയാണെങ്കിൽ ഇതു നടക്കും. അവൻ കലിതുള്ളി ഓടുന്നതിനിടയിൽ പല്ലിറുമ്മി പറഞ്ഞു.

പിറ്റേന്ന് അതിരാവിലെതന്നെ അവൻ കുറ്റിക്കാട്ടിലെത്തി. തലേന്ന് ഒന്നിനേയും തിന്നാൻ പറ്റിയിരുന്നില്ല. വയറ്റിൽ കാറ്റുമാത്രം. അതിനാൽ അവനു കലി കൂടുതലായിരുന്നു. അവൻ കുറ്റിക്കാട്ടിലൂടെ ഒരു ഭ്രാന്തനെപ്പോലെ ഓടി. തലങ്ങും വിലങ്ങും ഓടി. തെക്കും വടക്കും ഓടി. കിഴക്കും പടിഞ്ഞാറും ഓടി. ചെടികൾക്കിടയിലും പുഴയോരത്തും എല്ലാം തെരഞ്ഞു. തെരഞ്ഞുതെരഞ്ഞു ചെന്നപ്പോഴുണ്ട് ഒരു പുതിയ വീട്. കൽവീട്. അമ്പട! ഇത് അവരുടെ തന്നെയാകണം. ആ കുഞ്ഞിപ്പെണ്ണൊരു കാന്താരിപ്പെണ്ണാണ്. അവൾ കല്ലു ചുമന്നുണ്ടാക്കിയതാകണം. ഞാൻ കൽവീടും ഊതിപ്പറപ്പിക്കും കട്ടായം. ഇനി വേഷം മാറാനൊന്നും ഞാനില്ല. നേരെ ചെന്നു പെണ്ണിനെ പേടിപ്പിച്ച് അകത്തുകടക്കാം.

ചെന്നായ അങ്ങനെയൊക്കെ ചിന്തിച്ചുകൊണ്ട് വീടിന്റെ വാതിൽക്കൽ ചെന്നുനിന്നു.

"പെണ്ണേ പെണ്ണേ മര്യാദയ്ക്ക് വാതിൽ തുറക്ക്. എന്നെ അകത്തുകടത്ത്. ഇല്ലെങ്കിൽ ഞാൻ നിന്നെ കടിച്ചുകീറി വിഴുങ്ങും." ചെന്നായ അവന്റെ പരുക്കൻ ശബ്ദത്തിൽ പറഞ്ഞു.

ചേട്ടന്മാർ പേടിച്ചുവിറച്ചു. "പെങ്ങളെ അവനെ അകത്തുകടത്തരുത്." അവർ അവളുടെ ചെവിയിൽ പറഞ്ഞു. പെങ്ങൾ തല കുലുക്കി. പിന്നെ ഉച്ചത്തിൽ പറഞ്ഞു: "എന്റെ ആങ്ങളമാരാണെ, എന്റെ കണ്ണാണെ, എന്റെ മരിച്ചുപോയ അമ്മയാണെ, നീ കൊന്നു തിന്ന എന്റെ അച്ഛനാണെ, ഞാനാണെ സത്യം സത്യം സത്യം. ഞാൻ കതകു തുറക്കില്ല. നിന്നെ കാണില്ല."

ചതിയൻ ചെന്നായക്ക് കലികൂടി. അടിമുടി കലികയറി. അവൻ തുള്ളി, ചീറ്റി, അലറി, ഊതി, തുമ്മി! അലറിക്കൊണ്ട് അതിശക്തമായി അവൻ ഊതിയൂതി കൽവീട് പൊളിച്ചുതകർത്തു പറത്താൻ നോക്കി. ഊതിയിട്ടും ഊതിയിട്ടും, ചീറ്റിയിട്ടും ചീറ്റിയിട്ടും, തുമ്മിയിട്ടും തുമ്മിയിട്ടും, കല്ലുകൾ അനങ്ങിയതേയില്ല. തടിയൻ ചെന്നായ അണച്ചു. അവനു തലചുറ്റി. അവൻ നിലത്തുവീണുപോയി.

"കണ്ടോ കണ്ടോ കഷ്ടപ്പെട്ടു ബലമുള്ള വീടുണ്ടാക്കിയതിന്റെ ഗുണം കണ്ടോ?" പെങ്ങൾ ചേട്ടന്മാരോടു ചോദിച്ചു. അവൻ നാണിച്ചു തലകുലുക്കി.

അൽപ്പനേരം കഴിഞ്ഞപ്പോൾ ചതിയൻ ചെന്നായ ഉണർന്നു. തല നേരെ നിന്നപ്പോൾ അവൻ മുന്നിൽ നോക്കി. കല്ലുകൊണ്ടുള്ള വീട് കേടാകാതെ നിൽക്കുന്നു. ഊതിയാൽ പറന്നുപോകുന്നതല്ല

പെണ്ണിന്റെ വീട്. അതറിഞ്ഞപ്പോൾ അവന് കലി കൂടി. അവൻ അലറി. “പെണ്ണേ കാന്താരീ, അഹങ്കാരീ, ഞാൻ ആദ്യം നിന്നെ ത്തന്നെ കൊന്നുതിന്നും. ഞാൻ നിന്റെ വീടിന്റെ പുകക്കുഴലിലൂടെ വരുന്നു.”

അവൻ നിലത്തുനിന്നും ചാടി ഭിത്തിയിൽ അള്ളിപ്പിടിച്ചു മുകളിലേക്കു കയറാൻ തുടങ്ങി. അതുകണ്ട് പേടിച്ച് ചേട്ടന്മാർ മുറിയുടെ മൂലകളിൽ ഒളിച്ചിരുന്നു കണ്ണടച്ചു.

എന്നാൽ കുഞ്ഞിപ്പെണ്ണ് ഒരു വലിയ പാത്രം അടുപ്പിൽ വച്ചു. അതുനിറയെ വെള്ളമൊഴിച്ചു. താഴെ അടുപ്പുനിറയെ വിറകും വെച്ചു. നന്നായി തീ കത്തിച്ചു. തീ ആളിക്കത്തി. വലിയ തീ. വലിയ തീക്ക് വലിയ ചൂട്. വലിയ ചൂടിൽ പാത്രത്തിലെ വെള്ളം കിടന്നു തിളച്ചു മറിയാൻ തുടങ്ങി.

അപ്പോഴേക്ക് തടിയൻ ചെന്നായ പുകക്കുഴലിലേക്ക് തലയിട്ടു. ഉടൽ കുത്തിക്കയറ്റി ഉള്ളിലാക്കി. പിന്നെ താഴേക്ക് തെന്നിച്ചെന്നു. തെന്നിത്തെന്നി അതിവേഗം അവൻ താഴേക്കു ചെന്നു. നിലത്തു വീഴുമ്പോൾ കാൽ കുത്തണം. അതായിരുന്നു അവന്റെ പ്ലാൻ.

എന്നാൽ പ്ലാനെല്ലാം പെണ്ണിന്റെ ബുദ്ധിക്കു മുന്നിൽ പൊളിഞ്ഞു. തെന്നിപ്പാഞ്ഞ് അവൻ നേരെ വീണത് പാത്രത്തിൽ. പ്ലം! തിളച്ച വെള്ളത്തിലേക്ക് അവൻ പുറകുകുത്തി വീണു. “അയ്യോ. അയ്യോ, അയ്യയ്യോ. എന്റെ പുറകുവശം മുഴുവൻ പൊള്ളിയോ! കാലും തുടയും പൊള്ളിയോ. അയ്യോ അയ്യോ. നീറുന്നേ. പുകയുന്നേ.” അവൻ തിളയ്ക്കുന്ന വെള്ളത്തിൽ കിടന്നു പുളഞ്ഞു. പിന്നെ പുറത്തേക്കു ചാടി. അവന് നീറ്റലും പുകച്ചിലും വേദനയും കാരണം ഭ്രാന്തായി. അവൻ കല്ലുവീടിന്റെ ഭിത്തിയിൽ ചെന്നിടിച്ചു. വാതിൽ തേടി ഓടി. അപ്പോൾ കുഞ്ഞിപ്പെണ്ണ് ഒരു ദയ കാണിച്ചു. അവൾ കല്ലുവാതിൽ തുറന്നുകൊടുത്തു. തുറന്ന വാതിൽ കണ്ടതും അവൻ അതിലൂടെ പുറത്തേക്കു പാഞ്ഞു. പാഞ്ഞുപാഞ്ഞു പോയി. “അയ്യോ അയ്യോ ആ കാന്താരിപ്പെണ്ണിനോടു ആരും കളിക്കാൻ പോകരുതേ.” അവൻ ഓടുന്നതിനിടയിൽ പറയുന്നുമുണ്ടായിരുന്നു.

ഓടിയോടി, കുറ്റിക്കാടും കടന്ന്, പുഴയും കടന്ന്, അവൻ ഓടി. ഓടിയോടി നാടുവിട്ടു. പിന്നെ അവനെ ആരും കുറ്റിക്കാട്ടിലും കൊടുങ്കാട്ടിലും കണ്ടിട്ടേയില്ല.

കുഞ്ഞിപ്പെണ്ണ് ചേട്ടന്മാരോടൊത്ത് കൽവീട്ടിൽ സുഖമായി താമസിച്ചു. ബുദ്ധിയുണ്ടെങ്കിൽ ഏതു ശത്രുവിനേയും തോൽപ്പിക്കാം. കുഞ്ഞിപ്പെണ്ണ് ചേട്ടന്മാരെ അങ്ങനെ ഒരു പാഠം പഠിപ്പിച്ചു.

# 3

## കുഞ്ഞുതൊപ്പിക്കാരിയും ക്രൂരൻ ചെന്നായയും

**ഈ** കുഞ്ഞുതൊപ്പിക്കാരിയുടെ കഥ കേൾക്കാത്ത കുഞ്ഞുങ്ങളില്ല. ലോകമെങ്ങും പണ്ടുപണ്ടേ പറഞ്ഞുപറഞ്ഞു കുഞ്ഞുമനസുകളിൽ പതിഞ്ഞ കഥയാണാക്കഥ. ഇനി കഥ പറയാം.

പണ്ടുപണ്ട് എവിടെയോ ഒരു നാട്ടിൽ ഒരു കൊച്ചു ഗ്രാമത്തിൽ ഒരു കൊച്ചു സുന്ദരിക്കുട്ടിയുണ്ടായിരുന്നു. അവൾ എവിടെ പോകുമ്പോഴും ഒരു ചുവന്ന പുറംകോട്ട് ഇടുമായിരുന്നു. കോട്ടിന്റെ മുകളറ്റത്ത് ഒരു അയഞ്ഞ തൊപ്പിയുമുണ്ടായിരുന്നു. വെയിലിലും മഴയിലും മഞ്ഞിലും നടക്കുമ്പോൾ ആ ഹുഡ് ഉയർത്തി തലയിൽ ഇട്ട് അവൾ നടന്നിരുന്നു. ഒരു കുഞ്ഞോമനക്കുട്ടി ഒരു ചുവന്ന തൊപ്പിയും പുറംകോട്ടുമിട്ടു പൂത്തുമ്പിപോലെ ഓടിനടക്കുന്നതു കണ്ടാൽ ആരാണ് നോക്കിനിന്നുപോകാത്തത്. നാട്ടുകാരൊക്കെ ആ കൗതുകക്കാഴ്ച കണ്ടുരസിച്ചു ചിരിച്ചു. അവർ ആ ഓമനക്കുട്ടിയെ ലിറ്റിൽ റെഡ് റൈഡിങ് ഹുഡ് എന്നു വിളിച്ചു.

നമ്മുടെ ലിറ്റിൽ റെഡ് റൈഡിങ് ഹുഡ് ഒരു കാടിനരികിലുള്ള കുടിലിലായിരുന്നു താമസം. കൂട്ടായി അവൾക്ക് അവളുടെ അമ്മ മാത്രമേ ഉണ്ടായിരുന്നുള്ളൂ. പിന്നെയുള്ളത് ഒരു അമ്മൂമ്മ മാത്രം. ആ അമ്മൂമ്മ അകലെ കാടിനപ്പുറമായിരുന്നു താമസം. പാവം അമ്മൂമ്മ ഒറ്റയ്ക്ക് അവിടെ ഒരു കുടിലിൽ താമസിക്കുകയായിരുന്നു.

ഒരു ദിവസം ലിറ്റിൽ റെഡ് റൈഡിങ് ഹുഡിന് അമ്മ നേരത്തെ ആഹാരം കൊടുത്തു. എന്നിട്ട് കൈയിലൊരു പാത്രം കൊടുത്തു.

"മോളേ സുന്ദരിക്കുട്ടീ ഇത് അമ്മൂമ്മക്കുള്ള ഭക്ഷണമാണ്. പാവം അമ്മൂമ്മ സുഖമില്ലാതെ കിടപ്പിലാണ്. നീ ഈ ഭക്ഷണം അമ്മൂമ്മയ്ക്കു കൊടുത്തിട്ടു വരൂ." അമ്മ മകളെ ഓമനിച്ചുകൊണ്ട് അങ്ങനെ പറഞ്ഞു.

ലിറ്റിൽ റെഡ് റൈഡിങ് ഹുഡിന് അമ്മൂമ്മയെ അമ്മയേക്കാൾ ഇഷ്ടമായിരുന്നു. അമ്മൂമ്മയായിരുന്നു അവൾക്ക് സകല കഥകളും പറഞ്ഞുകൊടുത്തത്. മലകൾ കയറാനും പൂക്കൾ ശേഖരിക്കാനും പൂന്തേൻ നുകരാനും പഠിപ്പിച്ചതും അമ്മൂമ്മയായിരുന്നു.

കാട്ടിലെ കാഴ്ചകൾ കാണിച്ചുകൊടുത്തതും അമ്മൂമ്മതന്നെയായിരുന്നു. അമ്മൂമ്മയുടെ വായിൽ പല്ലില്ല. മോണ കാട്ടിയുള്ള ചിരി കാണാനായിരുന്നു ലിറ്റിൽ റെഡ് റൈഡിങ് ഹുഡിന് ഏറ്റവും ഇഷ്ടം.

"ഞാൻ ഒറ്റ ഓട്ടത്തിന് അമ്മൂമ്മയുടെ അടുത്തെത്താം അമ്മേ" ലിറ്റിൽ റെഡ് റൈഡിങ് ഹുഡ് പറഞ്ഞു. എന്നിട്ട് ഉടുപ്പിട്ടു. തൊപ്പിക്കോട്ടു പുറമേയും ഇട്ടു. പിന്നെ ഭക്ഷണപ്പാത്രവും കൈയിലെടുത്തു. ലിറ്റിൽ റെഡ് റൈഡിങ് ഹുഡ് കാട്ടുവഴിയിലൂടെ ഓടാൻ തുടങ്ങി.

എന്നാൽ കാട്ടുവഴി നാട്ടുവഴി പോലെയല്ല. അവിടെ അപകടം പതിയിരിപ്പുണ്ടാകും. "സൂക്ഷിച്ചു പോകണേ മോളേ. ആ ചതിയൻ ചെന്നായ നിന്നെ കടിച്ചുകീറാൻ വന്നേക്കാം." അമ്മ മകൾക്ക് മുന്നറിയിപ്പു കൊടുത്തു.

"അവൻ ആക്രമിക്കാൻ വന്നാൽ ഞാൻ കല്ലെടുത്ത് അവന്റെ തല തട്ടിപ്പൊട്ടിക്കും." ലിറ്റിൽ റെഡ് റൈഡിങ് ഹുഡ് ധൈര്യത്തോടെ പറഞ്ഞു.

ഓടിയോടി അവൾ കുറെ അകലെയെത്തി. അവിടെ കള്ളൻ ചെന്നായ നിൽപ്പുണ്ടായിരുന്നു.

കടിച്ചുകീറാൻ ചെന്നാൽ കല്ലെടുത്തു തല തല്ലിപ്പൊട്ടിക്കും എന്ന് ആ മിടുക്കി അമ്മയോടു പറഞ്ഞത് അവൻ കേട്ടിരുന്നു. അതിനാൽ അവൻ അവളെ ചതിക്കാൻ തന്നെ നിശ്ചയിച്ചു. വലിയ വിനയവും സ്നേഹവും അഭിനയിച്ചുകൊണ്ട് അവൻ വഴിവക്കിൽ നിന്നു. ലിറ്റിൽ റെഡ് റൈഡിങ് ഹുഡിനെ കണ്ടപ്പോൾ വാലാട്ടിക്കൊണ്ടു ചോദിച്ചു.

"എങ്ങോട്ടാണാവോ പുന്നാരക്കുട്ടിയുടെ യാത്ര?"

അവൻ മര്യാദയ്ക്കു സംസാരിക്കുന്നതുകണ്ട് ആ ഓമനക്കുട്ടി അവിടെ നിന്നു. എന്നിട്ട് സത്യം പറഞ്ഞു. "എന്റെ പുന്നാരയമ്മൂമ്മ കിടപ്പിലാണ്. ഞാൻ അമ്മൂമ്മയ്ക്കു ഭക്ഷണവും കൊണ്ടു പോവുകയാണ്."

"നന്നായി. എവിടെയാണു സുന്ദരിക്കുട്ടീ നിന്റെ അമ്മൂമ്മ താമസിക്കുന്നത്?" ചെന്നായ സ്നേഹം അഭിനയിച്ചുകൊണ്ട് ചോദിച്ചു.

"എന്റെ പുന്നാരയമ്മൂമ്മ കാടിനപ്പുറം കാട്ടാറിന്റെ തീരത്തുള്ള ഒറ്റമുറിക്കുടിലിൽ ഒറ്റയ്ക്കാണു താമസം. പാവം. എഴുന്നേൽക്കാൻ പോലും പറ്റാതെ കിടപ്പിലാണ്."

ലിറ്റിൽ റെഡ് റൈഡിങ് ഹുഡിന് അതു പറഞ്ഞപ്പോൾ കരച്ചിൽ വന്നു.

പെട്ടെന്ന് ചതിയൻ ചെന്നായക്ക് ഒരു ചതിയുടെ പരിപാടി തോന്നി. അവൻ സങ്കടം അഭിനയിച്ചുകൊണ്ട് പറഞ്ഞു.

"പാവം അമ്മൂമ്മ. വേദനകൊണ്ടു വിഷമിക്കുകയായിരിക്കും. അമ്മൂമ്മയ്ക്ക് കുറച്ചു പൂക്കൾ പറിച്ചുകൊണ്ടുചെന്നു കൊടുക്കൂ. പൂക്കൾ കാണുമ്പോൾ അവരുടെ മനസിൽ സന്തോഷമുണ്ടാകും."

അതുകേട്ടപ്പോൾ ലിറ്റിൽ റെഡ് റൈഡിങ് ഹുഡിന് വലിയ സന്തോഷമായി. "ഹായ് എത്ര നല്ല ഐഡിയ! അതുപറഞ്ഞുതന്നതിനു നന്ദിയുണ്ടു സുഹൃത്തേ. ഞാൻ കുറച്ചു കാട്ടുപൂക്കൾ കുലകളോടെ മുറിച്ചുകെട്ടി ഒരു നല്ല പൂച്ചെണ്ടുതന്നെ അമ്മൂമ്മയ്ക്ക് കൊണ്ടുചെന്നു കൊടുക്കാം." അങ്ങനെ പറഞ്ഞുകൊണ്ട് അവൾ ഭക്ഷണപ്പാത്രം നിലത്തുവച്ച് പൂക്കൾ പറിക്കാൻ തുടങ്ങി.

തന്റെ സൂത്രം ഫലിച്ചതോർത്ത് സന്തോഷിച്ച് ചതിയൻ ചെന്നായ കാടിനപ്പുറത്തേക്ക് ഓടി. ലിറ്റിൽ റെഡ് റൈഡിങ് ഹുഡിനെ കുറച്ചു താമസിപ്പിക്കുകയായിരുന്നു അവന്റെ ലക്ഷ്യം. അവൻ അതിവേഗം ഓടി പുഴയും കടന്ന് മറുകരയെത്തി. അമ്മൂമ്മയുടെ കുടിലിന്റെ വാതിൽ തള്ളിത്തുറന്നു. കട്ടിലിൽ എഴുന്നേൽക്കാനാകാതെ കിടക്കുകയായിരുന്നു അമ്മൂമ്മ. കതകു തുറന്നത് കണ്ട് അമ്മൂമ്മ സന്തോഷിച്ചു. "എന്റെ കൊച്ചു തൊപ്പിക്കാരീ നീ വന്നോ. നന്നായി." അമ്മൂമ്മ അങ്ങനെ പറഞ്ഞിട്ട് തല പൊക്കി നോക്കാൻ തുടങ്ങി. എന്നാൽ തലപൊക്കും മുൻപ് ചെന്നായ ചാടിച്ചെന്നു. അവന്റെ വലിയ വായിലേക്ക് അമ്മൂമ്മയെ പിടിച്ചിട്ട് ഒറ്റ വിഴുങ്ങുവിഴുങ്ങി. എന്നിട്ട് അമ്മൂമ്മയുടെ കണ്ണാടി എടുത്തുവച്ചു. തൊപ്പിയും എടുത്തുവച്ചു. കട്ടിലിൽ കയറി പുതച്ചുകിടന്നു. ലിറ്റിൽ റെഡ് റൈഡിങ് ഹുഡ് വരുന്നതും കാത്തുകിടന്നു. "എന്റെ വിശപ്പു മാറിയില്ല കൊച്ചേ. നിന്നെക്കൂടി വിഴുങ്ങിയാലേ അതു മാറൂ." കട്ടിലിൽ കിടന്ന് അങ്ങനെ പിറുപിറുത്തുകൊണ്ട് ആ ചതിയൻ കുലുങ്ങിചിരിച്ചു. അതൊരു കൊലച്ചിരിയായിരുന്നു!

കുറേനേരം അവന് അങ്ങനെ കാത്തുകിടക്കേണ്ടി വന്നു. അപ്പോഴേക്ക് ലിറ്റിൽ റെഡ് റൈഡിങ് ഹുഡ് അവിടെ എത്തി. കുടിലിന്റെ

വാതിൽ തുറന്ന് ഉള്ളിലേക്കു കടന്നു. അവളുടെ ഒരു കൈയിൽ പൂച്ചെണ്ടും മറുകൈയിൽ ഭക്ഷണപ്പാത്രവുമുണ്ടായിരുന്നു.

"ഹല്ലോ ഗ്രാൻഡ്മാ. ഗുഡ് മോണിങ് ഗ്രാൻഡ്മാ." അങ്ങനെ പറഞ്ഞുകൊണ്ട് അവൾ ഭക്ഷണപ്പാത്രം നിലത്തുവച്ചു. പൂച്ചെണ്ടും നീട്ടിപ്പിടിച്ചു മുന്നോട്ടു നടന്നു. പെട്ടെന്ന് അവൾ ഞെട്ടി അവിടെ നിന്നു പോയി. എന്നിട്ടു സംശയത്തോടെ ചോദിച്ചു.

"അമ്മൂമ്മേ, അമ്മൂമ്മേ എന്തൊരു വലിയ കണ്ണുകളാണ് നിങ്ങളുടേത്!"

"പുന്നാരക്കുട്ടീ നിന്നെ നന്നായി കാണാനല്ലേ ഇത്ര വലിയ കണ്ണുകൾ!" ചെന്നായ മറുപടി പറഞ്ഞു.

ലിറ്റിൽ റെഡ് റൈഡിങ് ഹുഡ് വീണ്ടും കട്ടിലിൽ കിടക്കുന്ന രൂപത്തെ നോക്കി സംശയത്തോടെ ചോദിച്ചു.

"എന്തൊരു വലിയ ചെവികളാണ് അമ്മൂമ്മയുടേത്!"

കട്ടിലിൽ പുതച്ചുകിടന്നിരുന്ന ചതിയൻ ചെന്നായ വായ പൊളിച്ച് അറിയാതെ പല്ലുകൾ പുറത്തുകാണിച്ചു ചിരിച്ചുകൊണ്ടു പറഞ്ഞു.

"എന്റെ പുന്നാരക്കുട്ടി പറയുന്നതു നന്നായി കേൾക്കാനല്ലേ ഇത്ര വലിയ ചെവികൾ!"

കട്ടിലിൽ കിടന്നിരുന്നവന്റെ പല്ലുകൾകൂടി കണ്ടതോടെ ലിറ്റിൽ റെഡ് റൈഡിങ് ഹുഡിന് കാര്യം മനസിലായി. പക്ഷേ അവൾ അതു പ്രകടിപ്പിക്കാതെ ചോദിച്ചു.

"എന്തൊരു വലിയ പല്ലുകളാണ് എന്റെ അമ്മൂമ്മയ്ക്ക്. ചെന്നായയുടെ പല്ലുകൾ പോലുണ്ടല്ലോ."

അവൾ പിൻതിരിഞ്ഞ് ഓടാൻ പോവുകയായിരുന്നു. അപ്പോഴേക്ക് ചെന്നായ വിളിച്ചുകൂവി. "നിന്നെ ഒറ്റവായ്ക്ക് കടിച്ചുമുറിച്ച് അകത്താക്കാനാടീ ഈ പല്ലുകൾ." എന്നിട്ട് അവൻ അവളുടെ നേരെ ഒറ്റച്ചാട്ടം. ചാടിവരുന്ന ചതിയനെ കണ്ടതും ലിറ്റിൽ റെഡ് റൈഡിങ് ഹുഡ് അലറിക്കരഞ്ഞു. "രക്ഷിക്കണേ, രക്ഷിക്കണേ, രക്ഷിക്കണേ." അവൾ വിളിച്ചുകൂവി.

എന്നാൽ അവൾക്ക് അധികനേരം കരയാൻ കഴിഞ്ഞില്ല. അതിനുമുൻപ് ചതിയൻ ചെന്നായ കുതിച്ചുചെന്നു. വലിയ വായിൽ അവളെ പിടിച്ചിട്ട് ഒറ്റ വിഴുങ്ങൽ!

അതോടെ അവന്റെ വയർ നിറഞ്ഞു. വിശപ്പുമാറി. ഇന്നൊരു നല്ല ദിവസം തന്നെ. രണ്ടു മനുഷ്യരെ തിന്നാൻ ഭാഗ്യം കിട്ടിയ ദിവസം. താഴെ കിടന്നിരുന്ന ഭക്ഷണപ്പാത്രം കണ്ടിട്ടും കാണാത്ത മട്ടിൽ അവൻ വീണ്ടും കട്ടിലിലേക്കു കയറി. പുതപ്പു വലിച്ചുപുതച്ചു. "അമ്മൂമ്മയുടെ കട്ടിലിൽ കിടക്കാൻ നല്ല സുഖമാണേയ്." അങ്ങനെ ഒരു തമാശയും പൊട്ടിച്ചിട്ട് അവൻ കണ്ണടച്ചു. നിമിഷങ്ങൾകൊണ്ട് അവൻ ഉറങ്ങി. തീറ്റ കഴിഞ്ഞുള്ള ഉറക്കമല്ലേ. അതിനാൽ നല്ല ഉറക്കമായിരുന്നു.

പുഴയുടെ തീരത്തൊരു ഭാഗത്ത് കാട്ടിൽ മരങ്ങൾ വെട്ടുകയായിരുന്നു ഒരു മരംവെട്ടുകാരൻ. ലിറ്റിൽ റെഡ് റൈഡിങ് ഹുഡിന്റെ കരച്ചിൽകേട്ട് മരംവെട്ടുകാരൻ കോടാലിയുമായി ഓടിച്ചെന്നു. അമ്മൂമ്മയുടെ കുടിലിലേക്കു കയറി. അവിടെ അതാ അമ്മൂമ്മയുടെ കട്ടിലിൽ ആരോ കിടന്നുറങ്ങുന്നു. തല കണ്ടപ്പോഴെ അയാൾക്ക് അവനെ പിടികിട്ടി. അയാൾ ഒറ്റച്ചാട്ടത്തിന് അവന്റെ തല

യ്ക്കരികിലെത്തി. കോടാലി ഉയർത്തി ഒറ്റവെട്ടിന് അയാൾ അവന്റെ തല പിളർന്നു. അവൻ ഒന്നു പിടയ്ക്കാൻപോലും നേരം കിട്ടാതെ ചത്തു.

"ഞങ്ങൾ അകത്തുണ്ട്. രക്ഷിക്കണേ." ലിറ്റിൽ റെഡ് റൈഡിങ് ഹുഡ് വിളിച്ചുപറഞ്ഞു. ഉടൻ മരംവെട്ടുകാരൻ കോടാലികൊണ്ട് ശ്രദ്ധയോടെ ചെന്നായയുടെ വയർ കീറിത്തുറന്നു. പെട്ടെന്ന് ഉള്ളിൽ നിന്നും ലിറ്റിൽ റെഡ് റൈഡിങ് ഹുഡ് പുറത്തുചാടി. പുറകെ അമ്മൂമ്മയും പുറത്തുകടന്നു. ലിറ്റിൽ റെഡ് റൈഡിങ് ഹുഡ് മരംവെട്ടുകാരനെ ആശ്ലേഷിച്ച് സന്തോഷവും നന്ദിയും അറിയിച്ചു. "നന്ദി നന്ദി. ആയിരം നന്ദി. ഞങ്ങളെ രക്ഷപ്പെടുത്തിയതിന് വളരെവളരെ നന്ദി."

മരംവെട്ടുകാരൻ ചിരിച്ചു. മരംവെട്ടാനായി തിരിച്ചുപോകാൻ തുടങ്ങി.

"അങ്ങനെ പോകാൻ പറ്റില്ല. നമുക്ക് മൂന്നുപേർക്കും ഒന്നിച്ചിരുന്ന് നല്ല ചൂടുചായ കുടിക്കാം. എന്റെ പുന്നാരക്കുട്ടി കൊണ്ടുവന്ന പലഹാരങ്ങളും തിന്നാം."

അമ്മൂമ്മ മരംവെട്ടുകാരനെ അന്നത്തെ അതിഥിയായി പ്രഖ്യാപിച്ചു. ലിറ്റിൽ റെഡ് റൈഡിങ് ഹുഡ് ചൂടു ചായവച്ചു. അമ്മ കൊടുത്തുവിട്ടിരുന്ന പാൻകേക്കും കട്‌ലറ്റും പഴവുംകൂടി അവർ പങ്കുവച്ചു കഴിച്ചു.

"ഇത്ര നല്ല ഒരു ചായ സൽക്കാരം എനിക്കു വേറെ കിട്ടിയിട്ടില്ല." മരംവെട്ടുകാരൻ ചായ കുടിച്ചുകൊണ്ടു പറഞ്ഞു. പിന്നെ ചെന്നായയുടെ ശവശരീരവും എടുത്തു കാട്ടിലേക്കു നടന്നു. ലിറ്റിൽ റെഡ് റൈഡിങ് ഹുഡ് അപ്പോൾ അമ്മൂമ്മയെ ഒന്നു നന്നായി കെട്ടിപ്പിടിച്ച് ഉമ്മവെച്ചു!

# 4

# ജിഞ്ചർ ബ്രഡ്മാൻ

**ഒ**രിടത്തൊരിടത്ത് ഒരിക്കൽ ഒരു അമ്മൂമ്മയും ഒരു അപ്പൂപ്പനുമുണ്ടായിരുന്നു. പ്രായം കൂടിയപ്പോൾ അവർക്കു കൂനുപിടിച്ചു. അവർക്കു വലിപ്പവും കുറഞ്ഞു. അതിനാൽ നാട്ടുകാർ അവരെ കുഞ്ഞമ്മൂമ്മയെന്നും കുഞ്ഞപ്പൂപ്പനെന്നും വിളിച്ചു. കുഞ്ഞമ്മൂമ്മയ്ക്കും കുഞ്ഞപ്പൂപ്പനും കുഞ്ഞുങ്ങളേ ഉണ്ടായില്ല. നേരം പോകാനൊരു വഴിവേണ്ടേ? കുഞ്ഞമ്മൂമ്മ എന്നും രാവിലെ ഉണരും. മൈദമാവെടുത്തു കുഴയ്ക്കും. വെണ്ണയും പഞ്ചസാരയും ചേർക്കും. പലതരം റൊട്ടികൾ ഉണ്ടാക്കും. പല പല രൂപത്തിൽ പലപല സ്വാദിൽ പലപല റൊട്ടികൾ. റൊട്ടികളെല്ലാം തിന്ന് കുഞ്ഞപ്പൂപ്പൻ കുടവയറനപ്പൂപ്പനുമായി.

ഒരു ദിവസം കുഞ്ഞമ്മൂമ്മയ്ക്ക് ഒരു കുസൃതി തോന്നി. ഇന്ന് ഒരു മനുഷ്യനെത്തന്നെ ഉണ്ടാക്കാം. മനുഷ്യന്റെ രൂപത്തിലൊരു റൊട്ടി. അമ്മൂമ്മ മാവു കുഴച്ചു. അതിലൽപ്പം ഇഞ്ചിനീരും ചേർത്തു. മനുഷ്യന്റെ രൂപത്തിൽ റൊട്ടിയുണ്ടാക്കി. ചെറിപ്പഴംകൊണ്ട് കണ്ണും വായുമുണ്ടാക്കി. എങ്ങനെയുണ്ട് എന്റെ റൊട്ടിമനുഷ്യൻ? ഇഞ്ചി റൊട്ടിക്കുട്ടൻ?

അപ്പൂപ്പൻ റൊട്ടിക്കുട്ടനെ നോക്കി ചിരിച്ചു. അമ്മൂമ്മ ഒരു കലാകാരിതന്നെ. അപ്പൂപ്പൻ അഭിനന്ദിച്ചു. "കൊള്ളാം കൊള്ളാം നിന്റെ ജിഞ്ചർ ബ്രെഡ്മാൻ. റൊട്ടി വെന്ത് പാകമായാൽ ഞാൻ ഒറ്റ കടിക്ക് അവന്റെ പാതി വായിലാക്കാം."

“പാതി എനിക്കും തന്നേക്കണം. ഞാൻ ഉടുത്തില്ലെങ്കിലും ഇവളെ ഉടുപ്പിക്കും. ഞാൻ തിന്നില്ലെങ്കിലും ഇവളെ തീറ്റും. അങ്ങനെ സത്യം ചെയ്തല്ലേ പണ്ട് നിങ്ങളെന്നെ കെട്ടിയത്?” അമ്മൂമ്മ ഒരു തമാശ പറഞ്ഞു. പിന്നെ റൊട്ടി ഓവനിൽ വച്ചു ചുടാൻ അപ്പൂപ്പനോടു പറഞ്ഞു.

അപ്പൂപ്പൻ ഓവൻ ചൂടാക്കിവച്ചിരുന്നു. അതിൽ റൊട്ടിവച്ച് അടച്ചു. കുഞ്ഞപ്പൂപ്പനും കുഞ്ഞമ്മൂമ്മയും ഓവനിലെ കുഞ്ഞുമനുഷ്യൻ ബേക്കു ചെയ്തു പാകമാകുന്നതും കാത്ത് അവിടെ കുത്തിയിരുന്നു. റൊട്ടി ബേക്കു ചെയ്തു. നല്ല സുഗന്ധം മുറിയിൽ പരന്നു. കുഞ്ഞപ്പൂപ്പന്റെയും കുഞ്ഞമ്മൂമ്മയുടെയും വായിൽ വെള്ളം നിറഞ്ഞു. കുഞ്ഞപ്പൂപ്പൻ ചാടിയെഴുന്നേറ്റു. ഓവൻ തുറന്നു.

പെട്ടെന്ന് ഓവനിൽനിന്നും ജിഞ്ചർ ബ്രഡ്മാൻ പുറത്തേക്കു ചാടി. കുഞ്ഞപ്പൂപ്പൻ അവനെ ചാടിപ്പിടിക്കാൻ നോക്കി. എന്നാൽ അതിനുമുൻപ് അവൻ ചാടി നിലത്തെത്തി. തുറന്നുകിടന്ന വാതിലിലൂടെ പുറത്തേക്ക് ഓടി. ഓടുന്നതിനിടയിൽ അവൻ പാടി.

“ഞാനാണേ ഞാനാണേ
ഓട്ടക്കാരൻ ജിഞ്ചർമാൻ
ഓടാമെങ്കിൽ ഓടിവരൂ
പിടിക്കാമെങ്കിൽ പിടിച്ചോളൂ
പിടിച്ചു കടിച്ചു തിന്നോളൂ
സ്വാദൂറും ജിഞ്ചർ ബ്രഡ്.”

കുഞ്ഞപ്പൂപ്പൻ ജിഞ്ചർബ്രഡ്മാനെ പിടിച്ചുതിന്നാൻ പുറകെ ഓടി. കുഞ്ഞമ്മൂമ്മ കുഞ്ഞപ്പൂപ്പനു പുറകെയും ഓടി. ഓടിയോടി തളർന്നു. എന്നാൽ ജിഞ്ചർ ബ്രഡ്മാൻ തളരാതെ പാഞ്ഞ് ഓടി മറഞ്ഞു.

ഓടിത്തളർന്നു നാട്ടുവഴിയിൽ കുഞ്ഞപ്പൂപ്പനും കുഞ്ഞമ്മൂമ്മയും കുത്തിയിരുന്നു “എന്തൊരു ചുണയായിരുന്നു നിന്റെ ജിഞ്ചർ ബ്രഡ്മാന്. നീ ഇഞ്ചി കൂടുതൽ ചേർത്താണോ അവനെ ഉണ്ടാക്കിയത്?” കുഞ്ഞപ്പൂപ്പൻ കുഞ്ഞമ്മൂമ്മയോട് ചോദിച്ചു. അമ്മൂമ്മ ഒന്നും മിണ്ടിയില്ല. ഇഞ്ചി മാത്രമല്ല കുരുമുളകും ചേർത്തായിരുന്നു അവനെ ഉണ്ടാക്കിയത്. അതല്ലേ ഇത്ര സ്പിരിറ്റ്. ഇനി പറഞ്ഞിട്ടെന്തു കാര്യം? കുഞ്ഞമ്മൂമ്മ കുനിഞ്ഞിരുന്ന് കരഞ്ഞു.

ജിഞ്ചർ ബ്രഡ്മാൻ ഓടിപ്പാഞ്ഞ് പോകുമ്പോൾ വഴിതടഞ്ഞ് ഒരു പശു നിന്നു. “നിൽക്കവിടെ. എനിക്കു നിന്നെ തിന്നണം.” പശുവമ്മ പറഞ്ഞു.

ജിഞ്ചർ ബ്രഡ്മാൻ ഒന്നു തലകുത്തിമറിഞ്ഞു. എന്നിട്ടു പറഞ്ഞു:

“ഞാനൊരു കുഞ്ഞപ്പൂപ്പനെയും കുഞ്ഞമ്മൂമ്മയെയും തോൽപ്പിച്ചാണ് വരുന്നത്. ഇനി നിന്നെയും തോൽപ്പിക്കും.”

പശുവമ്മ വായ പൊളിച്ചുകൊണ്ട് ജിഞ്ചർമാനു നേരെ ഓടി. അപ്പോൾ ജിഞ്ചർമാൻ കൂടുതൽ വേഗത്തിലോടി, ഓടിക്കൊണ്ടു പാടി.

“ഞാനാണേ ഞാനാണേ
ഓട്ടക്കാരൻ ജിഞ്ചർമാൻ
ഓടാമെങ്കിൽ ഓടിവരൂ
പിടിക്കാമെങ്കിൽ പിടിച്ചോളൂ
പിടിച്ചുകടിച്ചു തിന്നോളൂ
സ്വാദൂറും ജിഞ്ചർ ബ്രഡ്.”

അതുകേട്ടതും പശുവമ്മയുടെ വായിൽനിന്നും കൊതിവെള്ളം താഴേക്ക് ഒഴുകി. കൊതിമൂത്ത്, അവൾ തരിതീർത്ത് ഓടി. പക്ഷേ, ഒരു ഫലവുമുണ്ടായില്ല. ജിഞ്ചർബ്രഡ്മാനിന്റെ പൊടിപോലും കണ്ടില്ല. മണംപോലും കിട്ടിയില്ല. പശുവമ്മ തോറ്റ് നിലത്തു കിടന്നു.

ജിഞ്ചർബ്രഡ്മാൻ അങ്ങനെ നാട്ടുവഴിയിലൂടെ ഓടിപ്പാഞ്ഞു പോകുമ്പോൾ വഴിയിലൊരു കുതിര വഴിതടഞ്ഞു നിന്നു.

“നിൽക്കവിടെ. നിന്നെത്തിന്നേ ഞാൻ പോകൂ.”

കുതിര ഉശിരോടുശിരോടെ നിലത്തുചവിട്ടി ചീറ്റിപ്പറഞ്ഞു.

ജിഞ്ചർ ബ്രഡ്മാൻ പൊട്ടിച്ചിരിച്ചുകൊണ്ട് പറഞ്ഞു.

“ഞാനൊരു കുഞ്ഞപ്പൂപ്പനെയും കുഞ്ഞമ്മൂമ്മയെയും പശുവമ്മയെയും തോൽപ്പിച്ചാണ് വരുന്നത്. ഇനി നിന്നെയും തോൽപ്പിക്കും.”

അതുകേട്ട് കുതിരയ്ക്കു ദേഷ്യം വന്നു. വെറുമൊരു റൊട്ടിമനുഷ്യൻ ഉശിരനായ ഒരു കുതിരയെ തോൽപ്പിക്കുകയോ! അസാധ്യം. നിന്നെ ഒറ്റക്കടിക്കു ഞാൻ വായിലാക്കും. കുതിര ചാടി ഓടിച്ചെന്നു. എന്നാൽ ജിഞ്ചർ ബ്രഡ്മാൻ കൂടുതൽ വേഗത്തിൽ പാഞ്ഞു പാഞ്ഞു കൊണ്ട് പാടി.

“ഞാനാണേ ഞാനാണേ
ഓട്ടക്കാരൻ ജിഞ്ചർമാൻ
ഓടാമെങ്കിൽ ഓടിവരൂ
പിടിക്കാമെങ്കിൽ പിടിച്ചോളൂ
പിടിച്ചുകടിച്ചു തിന്നോളൂ
സ്വാദൂറും ജിഞ്ചർ ബ്രഡ്.”

കുതിര കുതിച്ചോടിയിട്ടൊന്നും ജിഞ്ചർ ബ്രഡ്മാന്റെ അടുത്തെങ്ങുമെത്താനായില്ല. അവൻ അതിവേഗം അതിദൂരം പോയിമറഞ്ഞു. കുതിര കുതിക്കാൻ മറന്നു കുനിഞ്ഞുനിന്നു മോങ്ങി.

ജിഞ്ചർ ബ്രഡ്മാൻ ആടിപ്പാടി നാട്ടുറോഡിലൂടെ പായുമ്പോൾ വഴിയരികിലൊരു കൃഷിക്കാരനെ കണ്ടു. ഹായ് നല്ല റൊട്ടിമണം.

വെണ്ണമണം. ഇഞ്ചിമണം. കൃഷിക്കാരന്റെ വായിൽ വെള്ളമൂറി. ആടിപ്പാടി, മറിഞ്ഞുതിരിഞ്ഞ്, ചെരിഞ്ഞുനിവർന്ന്, നൃത്തം ചവിട്ടി വരുന്ന റൊട്ടിമനുഷ്യനെ കൃഷിക്കാരൻ തടഞ്ഞു.

"നിൽക്കവിടെ. എനിക്കു നിന്നെ തിന്നണം. ഇപ്പംതന്നെ തിന്നണം. എത്ര നാളായി ഒരു റൊട്ടി തിന്നിട്ട്." കൃഷിക്കാരൻ റൊട്ടിക്കുട്ടനെ പിടിക്കാൻ കൈനീട്ടി. അപ്പോൾ ജിഞ്ചർ ബ്രഡ്മാൻ ഈണത്തിൽ പറഞ്ഞു. "ഞാനൊരു കുഞ്ഞപ്പൂപ്പനെയും കുഞ്ഞമ്മൂമ്മയെയും പശുവമ്മയെയും കുതിരക്കുട്ടനെയും തോൽപ്പിച്ചാണ് വരുന്നത്. ഇനി നിന്നെയും തോൽപ്പിക്കും. തീർച്ച..."

അതുകേട്ടപ്പോൾ കൃഷിക്കാരന് കലി വന്നു. "നീ പോയിട്ട് നിന്റെ അപ്പൂപ്പൻപോലും എന്നെ ഓട്ടത്തിൽ തോൽപ്പിക്കില്ല. നിന്നെ ഞാൻ ഒറ്റ പിടുത്തത്തിന് ഉരുട്ടി വായിലിടും." കൃഷിക്കാരൻ ജിഞ്ചർബ്രഡ്മാനുനേരെ ഓടി. എന്നാൽ ജിഞ്ചർ ബ്രഡ്മാൻ പിടികൊടുക്കാതെ അകലേക്കു പാഞ്ഞുപോയി. അതിനിടെ അവൻ ഉച്ചത്തിൽ പാടി.

"ഞാനാണേ ഞാനാണേ
ഓട്ടക്കാരൻ ജിഞ്ചർമാൻ
ഓടാമെങ്കിൽ ഓടിവരൂ
പിടിക്കാമെങ്കിൽ പിടിച്ചോളൂ
പിടിച്ചു കടിച്ചു തിന്നോളൂ
സ്വാദൂറും ജിഞ്ചർ ബ്രഡ്."

അവൻ പാഞ്ഞുപോയതുകണ്ട് കൃഷിക്കാരൻ അമ്പരന്നു നിന്നു. ജിഞ്ചർ ബ്രഡ്മാൻ മുന്നിൽ കണ്ട പുതിയ നാട്ടുവഴിയിലൂടെ ആടിപ്പാടി നൃത്തം ചവിട്ടി മുന്നോട്ടുപോയി. അവന് അപ്പോൾ വലിയ അഹങ്കാരം തോന്നി. എന്നെ ആർക്കും പിടിച്ചുതിന്നാൻ പറ്റില്ല. അത്ര വലിയ ഓട്ടക്കാരനാണു ഞാൻ. എനിക്ക് ആരേയും പേടിക്കേണ്ട കാര്യമില്ല.

അങ്ങനെയൊക്കെ ചിന്തിച്ച് അഹങ്കാരത്തോടെ ഓടുമ്പോഴായിരുന്നു അവൻ വഴിവക്കിലൊരു കുറുക്കനെ കണ്ടത്. കണ്ടതും റൊട്ടിക്കുട്ടൻ പാടി.

"സൂത്രക്കാരൻ കുറുക്കൻ ചേട്ടാ
സൂത്രം കൈയിലിരിക്കട്ടെ
എന്നെത്തിന്നാൻ നോക്കേണ്ട
മര്യാദയ്ക്ക് മാറിക്കോ."

കുറുക്കൻ ദേഷ്യമൊന്നും കാണിക്കാതെ അവന്റെ നേരെ നോക്കി ചിരിച്ചു. അതൊരു കള്ളച്ചിരിയായിരുന്നു. സൂത്രക്കാരന്റെ ചിരി. കൊലച്ചിരി. ചിരിച്ചുകൊണ്ട് കുറുക്കൻ പറഞ്ഞു.

"എന്റെ പൊന്നേ നീയിങ്ങടുത്തുവന്നേ.

എനിക്കു നിന്നോടൊന്നു വർത്തമാനം പറയാൻ കൊതിയാകുന്നേയ്."

എന്നാൽ ഓട്ടം നിർത്താതെ ജിഞ്ചർ ബ്രഡ്മാൻ ഈണത്തിൽ പറഞ്ഞു.

"ഞാനൊരു കുഞ്ഞപ്പൂപ്പനെയും കുഞ്ഞമ്മൂമ്മയെയും പശുവമ്മയെയും കുതിരക്കുട്ടനെയും കൃഷിക്കാരനെയും തോൽപ്പിച്ചാണ് വരുന്നത്. ഇനി നിന്നെ തോൽപ്പിക്കാൻ പോകുന്നു സൂത്രക്കാരൻ കുറുക്കാ."

"ആഹാ അത്രയ്ക്കായോ റൊട്ടിമനുഷ്യാ!" കുറുക്കനും വാശികേറി. അവൻ റൊട്ടിമനുഷ്യന്റെ നേരെ ഓടിച്ചെന്നു. എന്നാൽ ജിഞ്ചർ ബ്രഡ്മാൻ അതിവേഗം ഓടി. അകലേക്ക് ഓടി. ഓടിക്കൊണ്ട് ആടി. ആടിക്കൊണ്ട് പാടി.

"ഞാനാണേ ഞാനാണേ
ഓട്ടക്കാരൻ ജിഞ്ചർമാൻ
ഓടാമെങ്കിൽ ഓടിവരൂ
പിടിക്കാമെങ്കിൽ പിടിച്ചോളൂ
പിടിച്ചു കടിച്ചു തിന്നോളൂ
സ്വാദൂറും ജിഞ്ചർ ബ്രഡ്."

കുറുക്കൻ എത്ര വേഗത്തിൽ ഓടിയിട്ടും ജിഞ്ചർ ബ്രഡ്മാനെ തൊടാൻപോലും പറ്റിയില്ല. അത്ര വേഗത്തിലായിരുന്നു അവന്റെ ഓട്ടം. "നിന്നെ ഓടി തോൽപ്പിച്ചു പിടിക്കാൻ ആർക്കും പറ്റില്ല. സമ്മതിച്ചു." കുറുക്കൻ വിളിച്ചുപറഞ്ഞു.

അതുകേട്ടപ്പോൾ ജിഞ്ചർ ബ്രഡ്മാന്റെ അഹങ്കാരം ഇരട്ടിയുമായി.

ഓടിയോടി ജിഞ്ചർ ബ്രഡ്മാനും കുറുക്കനും ഒരു പുഴക്കരയിലെത്തി. നാട്ടുറോഡ് അവിടെ തീരുകയായിരുന്നു. ഇനി പുഴ നീന്തിക്കടക്കണം. കടന്നാൽ അക്കരെയുള്ള റോഡിലൂടെ ഓടിപ്പായാം. പക്ഷേ, അക്കരയെത്തിയാലല്ലേ അങ്ങനെ പായാൻ പറ്റൂ. ആദ്യമായൊരു ഒഴുകുംപുഴ കണ്ടു വിറച്ചുകൊണ്ട് ജിഞ്ചർ ബ്രഡ്മാൻ പറഞ്ഞു: "എനിക്ക് ഇത്തരം പുഴയിലിറങ്ങി പരിചയമില്ല. ഞാനെങ്ങനെ അക്കരയെത്തും?"

"ഞാൻ അക്കരെക്കു നീന്താൻ പോവുകയാണ്. അക്കരെ എത്തണമെങ്കിൽ എന്റെ വാലിലേക്കു ചാട്."

കുറുക്കൻ വെള്ളത്തിലിറങ്ങി നിന്നു. വാൽ പൊക്കിപ്പിടിച്ചു നിന്നു. ജിഞ്ചർ ബ്രഡ്മാൻ പിന്നെ മറ്റൊന്നും ആലോചിച്ചതേയില്ല.

കുറുക്കന്റെ വാലിലേക്ക് ഒറ്റച്ചാട്ടം. കുറുക്കൻ പുഴക്കു കുറുകെ നീന്താൻ തുടങ്ങി. കുറേനേരം നീന്തിയപ്പോൾ കുറുക്കൻ ക്ഷീണം അഭിനയിച്ചു. "നല്ല ഒഴുക്കിനെതിരെയല്ലേ നീന്തുന്നത്. എന്റെ വാൽ വല്ലാതെ ക്ഷീണിച്ചുപോയി. എനിക്കതൊന്നു താഴ്ത്തിയിടണം നീ എന്റെ മുതുകിലേക്കു ചാട്." കുറുക്കൻ പറഞ്ഞു.

ജിഞ്ചർ ബ്രഡ്മാൻ കുറുക്കന്റെ ചുമലിലേക്കു ചാടി. അവന്റെ പുറത്തുപിടിച്ചിരുന്നു. അപ്പോഴേക്ക് കുറുക്കൻ പുഴയുടെ അക്കരെ അടുക്കാറായിരുന്നു. അവൻ അപ്പോൾ പറഞ്ഞു.

"ഇപ്പോഴെന്റെ പുറവും ക്ഷീണിച്ചു. നീ എന്റെ മൂക്കിനു മുകളിലേക്ക് ചാട്."

ജിഞ്ചർ ബ്രഡ്മാൻ കുറുക്കന്റെ മൂക്കിനു മുകളിലേക്കു ചാടി. മൂക്കിൽ പിടിച്ചിരുന്നു. അപ്പോഴേക്ക് കുറുക്കൻ അക്കരെ എത്തിക്കഴിഞ്ഞിരുന്നു.

കുറുക്കൻ അക്കരയിലേക്കു കയറിയതും ജിഞ്ചർ ബ്രഡ്മാനെ മുകളിലേക്ക് എറിഞ്ഞു. അവൻ കറങ്ങിക്കറങ്ങി, പൊങ്ങിപ്പൊങ്ങി, പിന്നെ താഴ്ന്നുതാഴ്ന്ന് വരുന്നതും കാത്ത് കുറുക്കൻ താഴെ വായ പൊളിച്ചുനിന്നു. ജിഞ്ചർ ബ്രഡ്മാൻ അതിവേഗം കുറുക്കന്റെ വായിലേക്കുതന്നെ വന്നുവീണു. കുറുക്കൻ ഉടൻ വായടച്ചു. പല്ലുകൾ കൂട്ടി അമർത്തി. നാക്ക് ഇളക്കി. സ്വാദുപിടിച്ചു. ഹായ് ഹായ് ഹായ്! എന്തൊരു സ്വാദ്! വെണ്ണയുടെ വെണ്ണയിൽ കുതിർന്നു മൊരിഞ്ഞ റൊട്ടിയുടെ. റൊട്ടിയിൽ അലിഞ്ഞ പഞ്ചസാരയുടെ. പഞ്ചസാരക്കിടയിൽ കലർന്ന ഇഞ്ചിയുടെ. കുരുമുളകിന്റെ. ഹായ് ഹായ് ഹായ്! കുറുക്കൻ കണ്ണടച്ച് തലയാട്ടി തുള്ളിച്ചാടി. ജിഞ്ചർ ബ്രഡ്മാൻ കുറുക്കന്റെ വയറ്റിലേക്ക് ഉടഞ്ഞ് ഒഴുകി ഇളകി പോയി. പിന്നെ അവന്റെ ഓട്ടം നിന്നു. അഹങ്കാരവും ഇല്ലാതായി.

എത്ര ശക്തനേയും കൗശലംകൊണ്ടു തോൽപ്പിക്കാം. കുറുക്കൻ അതോർത്ത് കുലുങ്ങിച്ചിരിച്ചു.

# 5

# മൂന്ന് ഇടിയൻ മുട്ടന്മാർ

**ഒ**രിടത്തൊരിടത്ത് മൂന്നു ഇടിയൻ മുട്ടന്മാരുണ്ടായിരുന്നു. കുട്ടിമുട്ടൻ. ചേട്ടൻ മുട്ടൻ. വല്യേട്ടൻ മുട്ടൻ. കുട്ടിമുട്ടൻ ചെറിയ മുട്ടൻ. ചേട്ടൻമുട്ടൻ വലിയ മുട്ടൻ. വല്യേട്ടൻ മുട്ടൻ വലിയ വലിയ മുട്ടൻ. ആനമുട്ടൻ. കുട്ടിമുട്ടന് കുട്ടിക്കൊമ്പുകൾ. ചേട്ടൻമുട്ടന് വലിയ കൊമ്പുകൾ. വല്യേട്ടൻ മുട്ടനോ വലിയ വലിയ കൂർത്തുവളഞ്ഞ ഉഗ്രൻ കൊമ്പുകളും. മൂന്നുപേരും ഒന്നിച്ചാണ് താമസിച്ചിരുന്നത്. മൂന്നു മെയ്യ്. ഒറ്റ മനസ്സ്. അത്ര സ്നേഹം. അത്ര അടുപ്പം. അത്ര യോജിപ്പ്. അവർ ഒന്നിച്ചുണരും. ഒന്നിച്ച് പുറത്തിറങ്ങും. ഒന്നിച്ചു തീറ്റ തിന്നും. ഒന്നിച്ചു വിശ്രമിക്കും. ഒന്നിച്ചു കളിക്കും. ഇടിച്ചു കളിക്കും.

അങ്ങനെയങ്ങനെ ആനന്ദത്തോടെ അവർ മൂന്നു മുട്ടന്മാരും ജീവിച്ചുവന്നു. അവർക്ക് ഏറ്റവും ഇഷ്ടം പുല്ലു തിന്നുകയായിരുന്നു. ഇളം പുല്ല്. പച്ചനിറത്തിൽ തല ഉയർത്തി നിന്നാടുന്ന നല്ല പുല്ല്. ഹായ്! അതിന്റെ സ്വാദാണ് സ്വാദ്. അവർ അവരുടെ വീടിനടുത്തുണ്ടായിരുന്ന പുൽമേടുകളിൽ അലഞ്ഞു നടന്നു. നടന്നുതിന്നു. വയർ നിറയുംവരെ തിന്നുനടന്നു. മേഞ്ഞു രസിച്ചു.

അവരുടെ വീടിനടുത്തുള്ള പുൽമേടുകളിൽ പുല്ലു കുറഞ്ഞു. ഇളംപുല്ല് ഇല്ലാതായി. എന്നിട്ടും അവർ അക്കരെയുണ്ടായിരുന്ന പുൽമേടിലേക്കു പോയില്ല. അക്കരെക്കു കടക്കാൻ ഒരു പാലം കടക്കണമായിരുന്നു. പുഴയ്ക്കു കുറുകെയുള്ള തടിപ്പാലം. പാലം കടന്നേക്കരുത്. ഒരിക്കലും കടക്കരുത്. അക്കരെയൊരു വൃത്തികെട്ട രാക്ഷസനുണ്ട്. അവൻ അക്കരെ പാലത്തിന്റെ അറ്റത്ത് കുത്തിയി

രിപ്പുണ്ട്. പാലം കടന്നുവരുന്നവരെ വിഴുങ്ങാൻ വായും പൊളിച്ചിരിപ്പുണ്ട്. ആ രഹസ്യം അവരോട് അവരുടെ അമ്മ പറഞ്ഞിരുന്നു. അച്ഛനും പറഞ്ഞിരുന്നു. മറ്റുള്ളവരും പറഞ്ഞിരുന്നു. അതു പറഞ്ഞുതന്ന അമ്മയും അച്ഛനും ഇന്നില്ല. അതു പറഞ്ഞകാലം മുട്ടന്മാർ കുട്ടികളായിരുന്നു. കാലം മാറി. കഥ മാറി. മുട്ടന്മാർ വളർന്നു കഴിഞ്ഞിരുന്നു. അവരുടെ കൊമ്പുകൾക്കു ബലമുണ്ടായിക്കഴിഞ്ഞിരിക്കുന്നു.

എന്നിട്ടും അവർ പാലം കടന്നില്ല. കടന്നു ചെന്നാൽ കാലമാടൻ രാക്ഷസൻ കാണും. അവൻ പിടിച്ചുവിഴുങ്ങും.

എന്നാലും അക്കരെയുള്ള ഇളംപുല്ലിൻകൂട്ടം കാണുമ്പോൾ കുഞ്ഞുമുട്ടൻ നോക്കിനോക്കി നിൽക്കും. അവന്റെ വായിൽ വെള്ളമൂറും. എത്ര നല്ല പുല്ല്. അതു തിന്നാൻ ഭാഗ്യമില്ലാതെ പോയല്ലോ. അവൻ ചേട്ടന്മാരോട് അങ്ങനെ പറയും. പറഞ്ഞ് സങ്കടപ്പെടും.

അങ്ങനെ കുറേനാൾ കഴിഞ്ഞു. അപ്പോൾ കുട്ടിമുട്ടന്റെ ക്ഷമ കെട്ടു. അവൻ പ്രഖ്യാപിച്ചു. "ഞാൻ പാലത്തിലൂടെ അക്കരെക്കു പോകുന്നു. എനിക്ക് ആ വൃത്തികെട്ട രാക്ഷസനെ പേടിയില്ല. സൂത്രം കൊണ്ട് ഞാൻ രക്ഷപ്പെടാൻ നോക്കും. പറ്റിയില്ലെങ്കിൽ അവനുമായി യുദ്ധം ചെയ്യുകതന്നെ ചെയ്യും."

ചേട്ടന്മാരും അനിയനെ അനുകൂലിച്ചു. "ഞാനും പാലം കടക്കാൻ പോകുന്നു." ചേട്ടൻ പറഞ്ഞു.

"ഞാനും പാലം കടക്കാൻ പോകുന്നു." വലിയ ചേട്ടനും പറഞ്ഞു.

ആദ്യം ആരു പാലം കടക്കണം. "നീ തന്നെ കടക്ക്. നീയല്ലെ ആദ്യം ഇക്കാര്യം പറഞ്ഞത്. നയംകൊണ്ട് രാക്ഷസനെ മയക്കാൻ നീതന്നെ ശ്രമിച്ചുനോക്ക്" വല്യേട്ടൻ പറഞ്ഞു.

ശരിശരി. ഞാനിതാ പോകുന്നു. അവൻ തടിപ്പാലത്തിൽ കയറി. കയറിയതും പാലം കുലുങ്ങി. കുലുങ്ങിയതും രാക്ഷസനുണർന്നു. ഇരയെ പിടിക്കാൻ തയാറായി നിന്നു.

കുഞ്ഞുമുട്ടൻ കാൽക്കുളമ്പുകൾകൊണ്ടു പാലപ്പലകയിൽ ചവിട്ടി. ടിപ് ടാപ്, ടിപ് ടാപ്, ടിപ് ടാപ്. അവൻ പാലത്തിൽ ചവിട്ടി നടന്നു.

"ആരാണെന്റെ പാലത്തിന്മേൽ ടിപ് ടാപ് എന്നു മുട്ടുന്നത്. ടിപ് ടാപ്പു ചെയ്യുന്നവനാരായാലും ഇവിടെ വരിക."

പേടിക്കാതെ വിറയ്ക്കാതെ കുഞ്ഞുമുട്ടൻ ടിപ് ടാപ്, ടിപ് ടാപ് എന്നു നടന്നു. നടക്കുന്നതിനിടയിൽ പറഞ്ഞു: "ഇതു ഞാനാണ്. അക്കരക്കാരൻ കുഞ്ഞുമുട്ടൻ. ഞാൻ ഇക്കരെയിലെ പുല്ലുതിന്നാൻ പോവുകയാണ്."

ഹ ഹ ഹ ഹ! രാക്ഷസൻ ചിരിച്ചുപോയി. ചിരിച്ചുകൊണ്ട് അവൻ അട്ടഹസിച്ചു.

"പുല്ലുതിന്നാനോ! നീയോ! ഇല്ല. അതിനുമുൻപ് ഞാൻ നിന്നെ തിന്നാൻ പോവുകയാണ്."

അപ്പോൾ കുഞ്ഞുമുട്ടൻ നയത്തോടെ താഴ്മയായി പറഞ്ഞു: "അയ്യോ എന്നെ ഇപ്പോൾ തിന്നരുതേ. അങ്ങ് വലിയ ബുദ്ധിമാനാണ് എന്ന് ഞാൻ പണ്ടേ കേട്ടിട്ടുണ്ട്. ബുദ്ധിമാന്മാർ ബുദ്ധിപൂർവം വേണ്ടേ കാര്യങ്ങൾ ചെയ്യാൻ. എന്റെ പുറകെ എന്റെ ചേട്ടൻ വരുന്നുണ്ട്. ചേട്ടന് എന്നെക്കാൾ തടിയുണ്ട്. അതിനാൽ ചേട്ടനെ തിന്ന്. ഞാൻ പുല്ലുതിന്നു വളരട്ടെ. തടിക്കട്ടെ. അപ്പോൾ അങ്ങേയ്ക്ക് എന്നെ പിടിച്ചുതിന്നാം."

അങ്ങനെ പറഞ്ഞ് ധൈര്യമായി കൊച്ചുമുട്ടൻ പാലം കടന്നു. രാക്ഷസൻ അവനെ പിടിക്കാതെ നിന്നു. ഞാനൊരു ബുദ്ധിമാനാണ്! കൊച്ചുമുട്ടൻ പറഞ്ഞതു കേട്ടില്ലേ! അപ്പോൾ അവൻ പറഞ്ഞതു പോലെ ആദ്യം തടിയൻ ചേട്ടനെ തിന്നാം. രാക്ഷസൻ അങ്ങനെ ചിന്തിച്ചു കാത്തുനിന്നു. കുഞ്ഞുമുട്ടനോ, ഇളം പുല്ലു തിന്നാൻ തുടങ്ങി.

കുറച്ചു കഴിഞ്ഞപ്പോൾ ചേട്ടൻ മുട്ടൻ പാലത്തിൽ കയറി. ടിപ് ടാപ്, ടിപ് ടാപ് അവൻ പാലത്തിലൂടെ നടന്നു തുടങ്ങി. "ആരാണ് എന്റെ പാലത്തിൽ ടിപ് ടാപ് എന്നു മുട്ടിയത്? ആരായാലും നേരെ എന്റെ വായിലേക്കു വാ" രാക്ഷസൻ പറഞ്ഞു.

അപ്പോൾ ചേട്ടൻമുട്ടൻ പറഞ്ഞു. "അയ്യോ അങ്ങ് എന്നെ തിന്നരുതേ. എന്റെ ചേട്ടൻ പുറകെ വരുന്നുണ്ട്. അവനാണ് വലിയ തടിയൻ. അവനെ തിന്നു വയർ നിറയ്ക്ക്. ഞാൻ പുല്ലുതിന്നു തടിക്കുമ്പോൾ എന്നെ തിന്നാം."

"ശരി ശരി. അങ്ങനെയാകട്ടെ. ബുദ്ധിമാനായ ഞാൻ ബുദ്ധിയോടെ എല്ലാം ചെയ്യണമല്ലോ. നീ പോയി പുല്ലു തിന്നു വേഗം തടിക്ക്." രാക്ഷസൻ ചേട്ടൻമുട്ടനെ പോകാനനുവദിച്ചു. ആ മുട്ടനും പോയി ഇളം പുല്ലു തിന്നാൻ തുടങ്ങി.

കുറച്ചുനേരം കഴിഞ്ഞപ്പോൾ വലിയ വലിയ ചേട്ടൻമുട്ടൻ പാലത്തിൽ കയറി. ടിപ് ടാപ്, ടിപ് ടാപ്. അവൻ അമർത്തി ചവിട്ടി പാലം കുലുക്കി മുന്നോട്ടു നടന്നു.

"ആരാണ് എന്റെ പാലത്തിൽ മുട്ടി ടിപ് ടാപ് വയ്ക്കുന്നത്. ആരാണു പാലം വല്ലാതെ കുലുക്കുന്നത്. ആരായാലും നേരെ വാ. എന്റെ വായിലേക്കു വാ....." രാക്ഷസൻ അലറി.

“ഇതു ഞാനാണ്. വല്യേട്ടൻ മുട്ടൻ. വലിയ ഇടിയൻ മുട്ടൻ. ഞാൻ അക്കരയിലെ പുല്ലു തിന്നാൻ പോവുകയാണ്.” വല്യേട്ടൻ മുട്ടൻ പറഞ്ഞു.

“നീ പുല്ലു തിന്നാനൊന്നും പോകുന്നില്ല. അതിനു മുൻപ് ഞാൻ നിന്നെ തിന്നാൻ പോവുകയാണ്.”

രാക്ഷസൻ അതു പറഞ്ഞ് അലറി. അടുത്തേക്കു നടന്നടുക്കുന്ന തടിയൻ ഇടിയൻ മുട്ടനെ കണ്ട് മുന്നോട്ടുചാടി. വായ പൊളിച്ച് കൈകൾ നീട്ടി നഖങ്ങൾ കാട്ടി ആ ഭീകരൻ മുന്നോട്ടു ചാടി. ഒരു

മല പറന്നുവരുംപോലെ അവൻ വരുന്നതു കണ്ട് വല്യേട്ടൻ മുട്ടൻ മുന്നോട്ടൊന്നു കുതിച്ചു. കുതിച്ചൊന്നു ചാടി, ചാടിച്ചെന്ന് ഒറ്റ ഇടി. ടിഷ്യൂം! കാരിരുമ്പിൻകൂടംകൊണ്ടുള്ള ഇടിപോലൊരു ഇടി. ഉഗ്രൻ ഇടി. തകർപ്പൻ ഇടി. ഇടിയിൽ അടിതെറ്റി തെറിച്ചുകറങ്ങി ഉയർന്നു പറന്ന് രാക്ഷസൻ പാലത്തിനപ്പുറത്തെ പുഴയുടെ ആഴത്തിലെ കയത്തിലേക്കു വീണു. ബ്ലും! ഒരു ഒച്ച. പുഴയിലെ ചുഴിയിലേക്ക് തലകുത്തി വീണ രാക്ഷസനെ പുഴയിലെ ചുഴി കറക്കി അടിയിലേക്കു താഴ്ത്തി. ഏതാനും കുമിളകൾ വെള്ളനിരപ്പിലേക്കു ഉയർന്നു പൊട്ടുന്നത് വല്യേട്ടൻ കണ്ടു. കണ്ടുനിന്നപ്പോഴും അവന്റെ തലയുടെ ചൂടു മാറിയില്ല. ഇടിച്ചു മതിയാകാതെ അവൻ നിന്ന് അലറി. നിലത്ത് അമർത്തി ചവിട്ടി, ചാടി. പുഴയിലെ കുമിളകൾ കാണാതായതോടെ അവൻ ശാന്തനായി. സാവധാനം നടന്ന് അനിയന്മാരുടെ അടുത്തു ചെന്നുനിന്ന്, പുല്ലുതിന്നാൻ തുടങ്ങി.

കുഞ്ഞനുജനും ചേട്ടനും വല്യേട്ടന്റെ മുഖത്തും കഴുത്തിലും ഉരുമ്മിനിന്ന് അവനെ അഭിനന്ദിച്ചു. പിന്നെ അവരും പുല്ലുതിന്നാൻ തുടങ്ങി.

# 6

# ചെരിപ്പുകുത്തിയും കുട്ടിച്ചാത്തന്മാരും

**ഒ**രിടത്തൊരിടത്ത് ഒരു ചെരിപ്പുകുത്തിയുണ്ടായിരുന്നു. ഒരു പാവം ചെരിപ്പുകുത്തി. എത്ര ചെരിപ്പുണ്ടാക്കിയിട്ടും അയാൾക്ക് ദാരിദ്ര്യമായിരുന്നു. വയസ്സോ അറുപതോളമായി. ഭാര്യയ്ക്കും അമ്പതുവയസ് കഴിഞ്ഞിരുന്നു. അവർക്ക് കുട്ടികളുമില്ലായിരുന്നു. പല ദിവസങ്ങളിലും അവർക്ക് പട്ടിണി കിടക്കേണ്ടിവന്നിരുന്നു.

ഒരു ദിവസം ചെരുപ്പുകുത്തി ഭാര്യയോടു പറഞ്ഞു: "ഒരു ഷൂസുണ്ടാക്കാനുള്ള തോലേ ഇനി എന്റെ കൈയിലുള്ളൂ. അതു കൂടി ഉണ്ടാക്കി വിറ്റുകഴിഞ്ഞാൽ നമ്മൾ എന്തുചെയ്യും? തോലു വാങ്ങാൻ കാശും കൈയിലില്ല."

"നിങ്ങൾ ഇങ്ങനെ സങ്കടപ്പെടാതെ. ദൈവം എന്തെങ്കിലും വഴി കാണിച്ചുതരും. നിങ്ങൾ നിങ്ങളുടെ പണിചെയ്യൂ."

"ശരി. അങ്ങനെ ചെയ്യാം." ചെരിപ്പുകുത്തി സമ്മതിച്ചു. അയാൾ കൈയിലുണ്ടായിരുന്ന തോൽക്കഷണം ശ്രദ്ധയോടെ മുറിച്ചു ഒരു ജോടി ഷൂസിനുള്ള കഷണങ്ങളാക്കി മേശപ്പുറത്തുവച്ചു. "നാളെ രാവിലെ ഷൂസുകൾ തയ്ക്കാം. ആരെങ്കിലും വന്നു വാങ്ങി കുറച്ചു കാശു തരാൻ നീ പ്രാർഥിച്ചോ." അങ്ങനെ പറഞ്ഞുകൊണ്ട് അയാൾ തോൽക്കഷണങ്ങളൊക്കെ മേശപ്പുറത്ത് അടുക്കിവച്ചു. തയ്ക്കാനുള്ള നൂലും സൂചിയും അടുത്തുവച്ചു. എന്നിട്ട് വാതിലടച്ചു. രാത്രിയായിരുന്നു. ഇപ്പോൾ തയ്ച്ചാൽ ശരിയാവുകയില്ല. അതിനാൽ അയാൾ കിടന്നുറങ്ങി.

പതിവുപോലെ ചെരുപ്പുകുത്തി അതിരാവിലെ ഉണർന്നു.

നേരത്തെ ഷൂസുകൾ തയ്ച്ചു വച്ചാലല്ലേ ആരെങ്കിലും വന്നാൽ വിൽക്കാനാകൂ. അയാൾ പണിസ്ഥലത്തേക്കു നടന്നു. അവിടെ മേശപ്പുറത്തുവച്ചിരിക്കുന്ന തോൽക്കഷണങ്ങൾ എടുക്കാൻ ചെന്നു.

അപ്പോൾ അയാൾ അതിശയിച്ചുപോയി. മേശപ്പുറത്ത് അതാ മനോഹരമായ ഒരു ജോടി ഷൂ. താൻ തയ്ക്കുന്നതിലും നന്നായി ആരോ തയ്ച്ചു തയാറാക്കിവച്ചിരിക്കുന്നു. അയാൾ അത്ഭുതപ്പെട്ട് ഭാര്യയെ വിളിച്ചു. അവർ ഓടിവന്നു. മേശപ്പുറത്തിരിക്കുന്ന ഷൂസുകൾ കണ്ട് അവരും അത്ഭുതപ്പെട്ടുപോയി. എത്ര നല്ല ഷൂസുകൾ. മഹാറാണിമാർക്കു പറ്റുന്നത്ര മനോഹരം. പക്ഷേ, ഇതാരു തയ്ച്ചു വച്ചു? അവരും അതു മനസിലാക്കാനാകാതെ അമ്പരന്നു നിന്നു.

അപ്പോൾ ആവഴി ഒരു കുതിരവണ്ടി വന്നു. വണ്ടിയിൽനിന്നും ഒരു ചെറുപ്പക്കാരി പുറത്തിറങ്ങി. "എനിക്കൊരു ജോടി നല്ല ഷൂസുകൾ വേണം. നല്ലതാണെങ്കിൽ എത്ര പണവും ഞാൻ തരാം." അവർ പറഞ്ഞു.

അവർ അകലെയെവിടെനിന്നോ വന്നവരായിരുന്നു. ഒരു സമ്പന്നയായ വനിത. അവർ മേശപ്പുറത്തിരുന്ന ഷൂസുകൾ കണ്ടു. രണ്ടും എടുത്ത് കാലിലിട്ടുനോക്കി. കിറുകൃത്യം പാകം. വളരെ മനോഹരവും. അവർ നടന്നുനോക്കി. ഹായ് എന്തൊരു സുഖം. എങ്ങും പിടുത്തമില്ല. വേദനയില്ല. എന്റെ കാലിന്റെ അളവെടുത്ത് ഉണ്ടാക്കിയതുപോലെ പാകം. അവർ അതിശയിച്ചു. എന്നിട്ട് അവർ കൈയിലിരുന്ന പണസഞ്ചിയിലുണ്ടായിരുന്ന പണം മുഴുവൻ ചെരുപ്പുകുത്തിക്കു കൊടുത്തു. സന്തോഷത്തോടെ യാത്ര പറഞ്ഞുപോയി.

ചെരിപ്പുകുത്തി വീട്ടുസാധനങ്ങൾ വാങ്ങാനുള്ള പണം മുഴുവൻ ഭാര്യയെ ഏൽപ്പിച്ചു. ഇനി പട്ടിണിയില്ലാതെ ഒരാഴ്ച കഴിയാം. അവർ ആശ്വസിച്ചു. ചെരിപ്പുകുത്തി ബാക്കി പണം എണ്ണിനോക്കി. ഭാഗ്യം, രണ്ടു ജോടി ഷൂസുകൾ തുന്നാനുള്ള തോൽ വാങ്ങാനുള്ള പണം മിച്ചമുണ്ട്. ചെരുപ്പുകുത്തി തോൽക്കച്ചവടക്കാരനിൽനിന്നും തോൽ വാങ്ങിക്കൊണ്ടുവന്നു. ശ്രദ്ധയോടെ തോൽ മുറിച്ചു. രണ്ടു ജോടി ഷൂസിനുള്ളത് കൃത്യമായി മുറിച്ചുവച്ചു. തയ്ക്കാനുള്ള നൂലും റെഡിയാക്കി വച്ചു. സൂചിയും തയാറാക്കി. എല്ലാം മേശപ്പുറത്തു വച്ചു. രാത്രി കിടന്നുറങ്ങി.

പിറ്റേന്നു രാവിലെ ഉണർന്ന ഉടൻ ചെരുപ്പുകുത്തിയും ഭാര്യയും അടുത്ത മുറിയിലേക്ക് ഓടി. മേശപ്പുറത്തുനോക്കി. അത്ഭുതം! അവിടെ അതിമനോഹരമായ രണ്ടു ജോടി ഷൂസുകൾ ഇരുന്നിരുന്നു. ആരു കണ്ടാലും അപ്പോൾത്തന്നെ വാങ്ങിപ്പോകുന്നത്ര മനോഹരമായ ഷൂസുകൾ.

അന്ന് വലിയ ഒരു ധനികൻ ആ വഴി വന്നു. ജനാലയ്ക്കരികിൽ വിൽപ്പനയ്ക്കു വച്ചിരിക്കുന്ന ഷൂസുകൾ കണ്ട് അയാൾ കുതിര വണ്ടി നിർത്തി. അവ എടുത്തുനോക്കി. ഒന്നാംതരം ഷൂസുകൾ. വിചിത്രമായ തയ്യലുകൾ. ഒന്ന് എനിക്ക്. മറ്റേ ജോടി എന്റെ ഭാര്യയ്ക്കും. അയാൾ രണ്ടു ജോടിയും എടുത്തു. എന്നിട്ട് രണ്ടു സഞ്ചി നിറയെ പണം കൊടുത്തു.

അന്ന് ചെരുപ്പുകുത്തി നാലു ജോടി ഷൂസുകൾ ഉണ്ടാക്കാനുള്ള തോൽ വാങ്ങി. വൈകിട്ടുവരെയിരുന്ന് തോലുകൾ ശരിക്കും മുറിച്ചു വച്ചു. തുന്നാനുള്ളതൊക്കെ ഒരുക്കി മേശപ്പുറത്തു വച്ച്, കിടന്നുറങ്ങി.

പിറ്റേന്ന് മേശപ്പുറത്ത് നാലു ജോടി ഷൂസുകളും റെഡിയായിട്ടിരുന്നിരുന്നു. നാലും നല്ല ജോടി ഷൂസുകൾ. അതോടെ ചെരുപ്പുകുത്തിക്കു പേരായി. അകലെ നിന്നുവരെ ആളുകൾ അയാളുടെ വീട്ടിലെത്തിത്തുടങ്ങി. എന്നും ധാരാളം പണം കിട്ടാനും തുടങ്ങി.

അതോടെ ചെരിപ്പുകുത്തി മുറി നിറയെ തോൽ വാങ്ങിവച്ചു. പകൽ മുഴുവൻ തോൽ മുറിച്ചും വച്ചു. രാത്രി ഉറങ്ങി. രാവിലെ മേശപ്പുറം നിറയെ ഷൂസുകൾ റെഡി!

ചെരിപ്പുകുത്തിക്കും ഭാര്യയ്ക്കും സന്തോഷമായി. അവരുടെ ദാരിദ്ര്യം മാറി. അവർ സമാധാനത്തോടെ ജീവിക്കാൻ തുടങ്ങി.

ആരായിരിക്കാം ഇങ്ങനെ തങ്ങളെ സഹായിക്കുന്നവർ? തങ്ങളുടെ ശരിയായ ബന്ധുക്കൾ. ചെരുപ്പുകുത്തിക്കും ഭാര്യയ്ക്കും അതറിയാൻ വലിയ ആഗ്രഹമായി. ഒരു രാത്രി അവർ ഉറക്കമിളച്ചു കാത്തിരുന്നു. മുറിയിൽ ഒളിച്ചിരുന്നു. മേശപ്പുറത്ത് ഇരിക്കുന്ന തോൽക്കഷണങ്ങളിലേക്കും നോക്കിയിരുന്നു.

പാതിരാത്രിയായി. കൃത്യം പന്ത്രണ്ട് അടിച്ചു. അപ്പോൾ ഇരുട്ടിൽനിന്നും രണ്ടു കൊച്ചുമനുഷ്യർ അങ്ങോട്ട് ചാടിച്ചെന്നു. വളരെ ചെറിയ മനുഷ്യർ. മനുഷ്യരല്ല. മനുഷ്യരുടെ രൂപമുള്ളവർ. രണ്ടു കൊച്ചു കുട്ടിച്ചാത്തന്മാർ എന്നു വിളിച്ചാലോ? അവർ ചാടി മേശപ്പുറത്തിരുന്നു. തോൽക്കഷണങ്ങൾ എടുത്തു. നൂലെടുത്തു. സൂചിയെടുത്തു. ചിരിച്ചുകൊണ്ട് ഷൂസുകൾ തുന്നാൻ തുടങ്ങി. പാട്ടുപാടിക്കൊണ്ടായിരുന്നു അവർ പണി ചെയ്തിരുന്നത്. പണി ചെയ്യുന്നതിലായിരുന്നു അവരുടെ ആഹ്ലാദം. അധ്വാനത്തിന്റെ ആനന്ദത്തിലാറാടിയായിരുന്നു അവർ ഷൂസുകൾ തുന്നിയിരുന്നത്. അവസാനത്തെ ഷൂസും തുന്നിക്കഴിഞ്ഞപ്പോൾ അവർ എഴുന്നേറ്റു. എല്ലാ ഷൂസുകളും പരിശോധിച്ചു തൃപ്തിപ്പെട്ടു. തങ്ങളുണ്ടാക്കിയ ഷൂസുകളെ ഓമനിച്ചു ചുംബിച്ചു. എന്നിട്ട് മേശപ്പുറത്തുനിന്നും താഴേക്കു ചാടി. ഓടി, ഇരുട്ടിൽ മറഞ്ഞു.

അവരെ നോക്കി നിന്നപ്പോൾ ചെരുപ്പുകുത്തിയുടെയും ഭാര്യയുടെയും കണ്ണുകൾ നിറഞ്ഞ് ഒഴുകി. രണ്ടു ഓമനക്കുഞ്ഞുങ്ങളെപ്പോലുണ്ടായിരുന്നു അവർ. നിഷ്കളങ്കരായ രണ്ടു അത്ഭുതജീവികൾ. കണ്ണിൽ സ്നേഹവും സന്തോഷവും മാത്രം. എന്നാൽ അവർ ധരിച്ചിരുന്നതോ കീറിപ്പറിഞ്ഞ് പഴകിദ്രവിച്ച രണ്ട് ഉടുപ്പുകൾ!

അവർക്ക് ഇടാൻ രണ്ടു ചെരിപ്പുകൾ പോലുമില്ലായിരുന്നു. അവർ ദരിദ്രരായിരുന്നോ! എന്നിട്ടും അവർ ഒരു പ്രതിഫലവും വാങ്ങാതെ തങ്ങളെ സഹായിക്കുകയായിരുന്നു. അതറിഞ്ഞപ്പോഴായിരുന്നു ചെരിപ്പുകുത്തിയും ഭാര്യയും കരഞ്ഞുപോയത്. എന്തൊരു സ്നേഹം. കരുണ. കരുതൽ! ആ കുഞ്ഞുജീവികളെപ്പറ്റി ഓർത്തപ്പോൾ അവരുടെ ഉള്ളിൽ സ്നേഹം നിറഞ്ഞു. വാത്സല്യം നിറഞ്ഞു. തങ്ങൾക്കുണ്ടാകാതെ പോയ മക്കളാണവർ. അങ്ങനെ തോന്നിപ്പോയി ചെരിപ്പുകുത്തിക്കും ഭാര്യയ്ക്കും.

"അവർ നമുക്കു മക്കളാണ്. അവർക്കു നമ്മൾ എന്തെങ്കിലും കൊടുക്കണം. ഞാൻ അവരുടെ കുഞ്ഞിക്കാലുകൾക്കു പറ്റിയ ഷൂസുകൾ ഉണ്ടാക്കാം. ഏറ്റവും മിനുസമുള്ള തോൽ കൊണ്ടുതന്നെ ഏറ്റവും മനോഹരമായ ഷൂസുകൾ തുന്നാം." ചെരിപ്പുകുത്തി പറഞ്ഞു.

"ഞാൻ അവർക്ക് ഏറ്റവും മനോഹരമായ ഉടുപ്പുകളും തുന്നാം. ഒന്നാംതരം പഞ്ഞിത്തുണിയിൽ നെയ്ത ഉടുപ്പുകൾ." ഭാര്യയും പറഞ്ഞു.

നേരം വെളുത്തു. അവർ രണ്ടുപേരും പണി തുടങ്ങി. അന്ന് അവർ മറ്റൊരു പണിക്കും പോയില്ല. അടുക്കളയിൽ പുതിയ പലഹാരംപോലും ഉണ്ടാക്കിയില്ല. പകൽ മുഴുവൻ പണിതു. ചെരിപ്പുകുത്തി രണ്ടു ജോടി കുഞ്ഞു ഷൂസുകൾ തുന്നിയുണ്ടാക്കി. തന്റെ ജീവിതത്തിൽ താനുണ്ടാക്കിയ ഏറ്റവും നല്ല ഷൂസുകൾ. അഭിമാനത്തോടെ ആഹ്ലാദത്തോടെ അയാൾ അവ മേശപ്പുറത്തുവച്ചു.

ചെരിപ്പുകുത്തിയുടെ ഭാര്യ ഏറ്റവും നല്ല തുണിവെട്ടി. ഏറ്റവും നന്നായി തയ്ച്ചു. ഏറ്റവും മനോഹരമായ രണ്ടു കുട്ടിയുടുപ്പുകൾ നെയ്തു. ഉടുപ്പുകളിൽ പൂക്കൾ തയ്ച്ചു മോടിപിടിപ്പിച്ചു. അവർ ഉടുപ്പുകൾ രണ്ടും മേശപ്പുറത്തു മടക്കിവച്ചു. "ഞങ്ങളുടെ മക്കൾക്ക് സമ്മാനം" അവർ മേശപ്പുറത്ത് ഒരു കുറിപ്പും എഴുതിവച്ചു. എന്നിട്ട് മുറിയിൽ ഒളിച്ചിരുന്നു.

പാതിരാത്രിയായി. പെട്ടെന്ന് ഇരുട്ടിൽനിന്നും രണ്ടു കുഞ്ഞുജീവികളും ചാടി മേശപ്പുറത്തു കയറി. തോൽക്കഷണങ്ങൾ തെരഞ്ഞു. അപ്പോൾ അവിടെ ഉടുപ്പുകൾ കണ്ടു. ആഹ്ലാദിച്ചു ചിരിച്ച് അവർ പുത്തനുടുപ്പുകൾ എടുത്തിട്ടു. അപ്പോൾ കുഞ്ഞു ഷൂസുകളും കണ്ടു. അവയും എടുത്തിട്ടു. മേശപ്പുറത്തുനിന്നു നൃത്തം ചെയ്തു. കൈകൾ കൈകളിൽ കോർത്ത് ചുവടുവച്ചു പാടി നൃത്തം ചെയ്തു.

എത്ര നല്ല ഉടുപ്പുകൾ. എത്ര നല്ല ഷൂസുകൾ. ഹായ് ഹായ് ഹായ്. ഞങ്ങൾക്കെല്ലാം ഇഷ്ടമായി, ഇഷ്ടമായി, ഇഷ്ടമായി. ഹായ്

ഹായ് ഹായ്. നന്ദി നന്ദി നന്ദി. അവർ അത്യാഹ്ലാദത്തോടെ പാടി നൃത്തം വച്ചു. നേരം വെളുക്കുംവരെ അങ്ങനെ ആനന്ദനൃത്തം ചവിട്ടി. കിഴക്ക് വെളുപ്പുകണ്ടപ്പോൾ പുറത്തേക്കു ചാടി മറഞ്ഞു.

ചെരുപ്പുകുത്തിക്കും ഭാര്യയ്ക്കും സന്തോഷമായി. സംതൃപ്തിയായി. തങ്ങളുടെ പുന്നാരക്കുട്ടികൾക്ക് ഉടുപ്പും ചെരിപ്പും കൊടുത്തല്ലോ. അതുമതി. അതുമതി. അവർ തമ്മിൽതമ്മിൽ പറഞ്ഞു.

പിറ്റേന്നു രാത്രിയായി. മേശപ്പുറത്ത് ചെരിപ്പുകുത്തി തോൽ മുറിച്ചുവച്ചിരുന്നു. അന്ന് അവർ ഉറക്കമിളയ്ക്കാതെ കിടന്നുറങ്ങി. എന്നാൽ രാത്രി ആരും വന്നില്ല. ഷൂസുകൾ തയ്ച്ചില്ല.

പിന്നെ ഒരു രാത്രിയും അവർ വന്നില്ല. പക്ഷേ, ചെരിപ്പുകുത്തിക്കും ഭാര്യയ്ക്കും നിരാശ തോന്നിയതേയില്ല. മറിച്ച് സന്തോഷവും സംതൃപ്തിയും തോന്നി. തങ്ങളുടെ മക്കൾക്ക് വേണ്ടതു കൊടുക്കാൻ ഭാഗ്യം ലഭിച്ചല്ലോ. തങ്ങളുടെ ജീവിതത്തിൽ ഇതിലധികം എന്തുകിട്ടാൻ. ദാരിദ്ര്യമില്ലാതെ ജീവിക്കാനുള്ളത് എന്നും കിട്ടുന്നുണ്ട്. ഉള്ളിലോ സന്തോഷം. സംതൃപ്തി. ആ രണ്ടു കൊച്ചു മനുഷ്യരുടെ മുഖം ഉള്ളിൽ നിറഞ്ഞുനിൽക്കുന്നു. അതുമതി. മതി മതി. അവർ പരസ്പരം പറഞ്ഞു.

## 7

# കരടിക്കുടിലിൽ കയറിയ സ്വർണപ്പെണ്ണ്

**ഒ**രിടത്തൊരിടത്ത് ഒരു വലിയ കാടുണ്ടായിരുന്നു. വലിയ കാട്ടിലൊരു ചെറിയ കുടിലുണ്ടായിരുന്നു. ചെറിയ കുടിലിൽ ഒരു വലിയ കരടിയും കുടുംബവും താമസിച്ചിരുന്നു. വലിയ കരടി അച്ചരൻ കരടി. അച്ഛൻ കരടി വലിയ വലിയ കരടിയായിരുന്നു. ശരിക്കുമൊരു തടിയൻ കരടി. ഒരു കുട്ടിമലപോലൊരു കട്ടക്കരടി. അവന്റെ ഭാര്യക്കരടിയും വലുതായിരുന്നു. അത്ര വലുതല്ല. അത്ര ചെറുതുമല്ല. ഇടയിലുള്ള വലുപ്പം. മീഡിയം സൈസ് എന്ന് ഇംഗ്ലീഷിൽ പറയാം. തടിയൻ കരടിക്കൊരു മകനുണ്ടായിരുന്നു. ഒരു കുട്ടിക്കരടി. കൊച്ചുകരടി. ചെറിയ കരടി. അങ്ങനെ മൂന്നു കരടികളുടേതായിരുന്നു ആ കരടിക്കുടിൽ. ഒരു കൊച്ചുവീട്.

കുടിലാണെങ്കിലും അവിടെ എല്ലാ സൗകര്യങ്ങളും കരടിച്ചാർ ഒരുക്കിയിരുന്നു. ഒരു കുഞ്ഞ് അടുക്കള. അടുക്കളയോടു ചേർന്ന് ആഹാരം കഴിക്കാനൊരു ഭാഗം. ഇരിക്കാൻ കസേരകൾ. കിടക്കാൻ തട്ടിൻപുറത്ത് കട്ടിലുകളും. പോരേ പൂരം. കരടികൾ ആ കുഞ്ഞു വീട്ടിൽ സന്തോഷത്തോടെ ജീവിച്ചു.

ഒരു ദിവസം രാവിലെ അമ്മക്കരടി അടുക്കളയിൽ കയറി. “ഇന്നു നല്ല കുറുക്കുണ്ടാക്കാം.” അമ്മക്കരടി പറഞ്ഞു. “അങ്ങനെതന്നെ. ഞാൻ കുറുക്കുകലം അടുപ്പിൽവയ്ക്കാം” മകൻ കരടി പറഞ്ഞു.

“ഞാൻ ചോളപ്പൊടി കലക്കി കലത്തിലൊഴിക്കാം.” അച്ചരൻ കരടി പറഞ്ഞു.

അങ്ങനെ അവരെല്ലാവരും കൂടി അടുക്കളപ്പണി തുടങ്ങി. അമ്മക്കരടി കുറച്ചു മുയലിറച്ചി നുറുക്കി കലത്തിലിട്ടു. മകൻകരടി വെള്ള

മൊഴിച്ചു. അച്ഛൻകരടി ഉപ്പിട്ടു. അമ്മ തീ കത്തിച്ചു. ഇറച്ചി വെന്തപ്പോൾ അച്ഛൻകരടി അതിലേക്ക് ചോളക്കുഴമ്പ് ഒഴിച്ചു തിളപ്പിച്ചു.

"ഇനി അച്ഛനും മകനും മാറി നിൽക്ക്. കുറുക്കിൽ ഉപ്പുമാത്രം പോരാ. മധുരവും വേണം. പുളിയും വേണം. അതൊക്കെ ഞാൻ ചേർത്താലേ ശരിയാകൂ." അമ്മക്കരടി പറഞ്ഞു. അതിനു കാരണമുണ്ടായിരുന്നു. അച്ഛൻകരടിക്ക് ഉപ്പു കൂടുതൽ വേണം. അമ്മക്കരടിക്കു മധുരം കൂടുതൽ വേണം. അച്ഛനും അമ്മയ്ക്കും എരിവും കൂടുതൽ വേണം. മകനോ ഒന്നും കൂടരുത്. എരിവ് വളരെ കുറച്ചു മതി. ഉപ്പ് സ്വാദിനു മാത്രം. മധുരം കൂടരുത്; കുറയുകയുമരുത്. അതൊക്കെ അങ്ങനെ ഉണ്ടാക്കാൻ ആണുങ്ങൾക്കുണ്ടോ കഴിവ്!

അമ്മക്കരടി വളരെ വലിയ ഒരു കിണ്ണമെടുത്തുവച്ചു. അതു നിറയെ കുറുക്കൊഴിച്ചു. അതിൽ ഉപ്പു കൂടുതലിട്ടു. കുരുമുളകും കാന്താരിയും കുറെ ഇട്ടു. അൽപ്പം മധുരവും ചേർത്തുവച്ചു. അത് അച്ഛൻ കരടിക്കായിരുന്നു. അദ്ദേഹത്തിന്റെ വലിയ വയർ നിറയേണ്ടേ?

അമ്മക്കരടി പിന്നെ ഒരു ഇടത്തരം കിണ്ണമെടുത്തുവച്ചു. അതിൽ നിറയെ കുറുക്കൊഴിച്ചു. അൽപ്പം കുരുമുളകുപൊടിയിട്ടു. അധികം പഞ്ചസാരയുമിട്ട് ഇളക്കിവച്ചു. അത് അമ്മക്കരടിക്കായിരുന്നു.

അമ്മ പിന്നെ പുന്നാരപ്പുത്രനുള്ള കിണ്ണമെടുത്തു. ഒരു കൊച്ചു കിണ്ണം. വളരെ വലിയതല്ല, തീരെ ചെറുതുമല്ല. ചെറിയ ഒരെണ്ണം. അതുനിറയെ കുറുക്കൊഴിച്ചു. ഒരു നുള്ളു കുരുമുളകിട്ടു. ഉപ്പ് ആദ്യമിട്ടതു മതി. കുറച്ച് പഞ്ചസാരയുമിട്ടു. മകന് അതാണിഷ്ടം. അമ്മ അതും ഇളക്കിവച്ചു.

ദാ കുറുക്കു റെഡി. അച്ഛൻകരടി ഓടിവന്നു. മകൻകരടി ചാടിവന്നു. മകൻ കിണ്ണത്തിൽ പിടിച്ചു. കൈ പൊള്ളി.

"അയ്യോ ഈ കുറുക്കിന് വലിയ ചൂടാണ്" അവൻ പറഞ്ഞു. അച്ഛൻകരടി അവന്റെ വലിയ കിണ്ണത്തിൽ തൊട്ടുനോക്കി.

"ശരിയാണ്. ഇത് തീ പോലെ പൊള്ളുന്നു." അവൻ പറഞ്ഞു. അമ്മക്കരടി തന്റെ കിണ്ണത്തിലും തൊട്ടു നോക്കി. പിന്നെ കുറുക്കിലൊന്നു വിരലും വച്ചുനോക്കി.

"ശരിയാണ്. ചൂടു കൂടുതലാണ്. വായിലൊഴിച്ചാൽ വായ പൊള്ളും."

"കുറുക്ക് ഇരുന്ന് തണുക്കട്ടെ. നമുക്ക് ഒന്നു നടക്കാൻ പോകാം." അമ്മക്കരടി പറഞ്ഞു. പ്രഭാതസവാരി ആരോഗ്യമുണ്ടാക്കും. അച്ഛൻ കരടിയും സമ്മതിച്ചു. "എനിക്ക് രാവിലെ നടക്കാൻ വലിയ ഇഷ്ടമാണ്." മകൻ കരടിയും പറഞ്ഞു. അവർ മൂന്നുപേരും കൂടി പുറ

ത്തിറങ്ങി. വീടിന്റെ വാതിൽ വെറുതെ ചാരി. പൂട്ടിയില്ല. ഉടൻ തിരിച്ചുവരാനുള്ളതല്ലേ. അവർ പിന്നെ നടക്കാൻ പോയി.

കാട്ടിൽ നടപ്പുകാർ പലരുണ്ടായിരുന്നു. പല വഴികളിലൂടെ പലർ നടക്കുന്നുണ്ടായിരുന്നു. കരടിക്കുടിലിനടുത്തുള്ള മറ്റൊരു വഴിയിലൂടെ ഒരു കൊച്ചു പെൺകുട്ടി നടക്കുന്നുണ്ടായിരുന്നു. കാടിനരികിലെ വീടിനുള്ളിൽനിന്നും പുറത്തുചാടി നടന്നു രസിക്കുകയായിരുന്നു അവൾ. സ്വർണത്തലമുടിക്കാരിയായിരുന്നു അവൾ. തിളങ്ങുന്ന സ്വർണമുടി. ഇളകുന്ന സ്വർണ അളകങ്ങൾ. അവയെ കാറ്റിൽ പറപ്പിച്ച് ഒരു മാലാഖയെപ്പോലെ അവൾ കാട്ടുവഴിയിലൂടെ നടന്നു. ഇരുവശവും കണ്ടും കേട്ടും നടന്നു. നടന്നുനടന്ന് കരടിക്കുടിലിനു മുന്നിലെത്തി.

കരടിക്കുടിൽ കണ്ടപ്പോൾ സ്വർണമുടിക്കാരിക്ക് കൗതുകമായി. ആരപ്പാ ഇവിടെ താമസം! അവൾ അത്ഭുതപ്പെട്ടു. കുടിലിനു മുന്നിൽ നിന്നു കാതോർത്തു. ഒരു ഒച്ചയും അനക്കവുമില്ലല്ലോ. അവൾ അത്ഭുതപ്പെട്ടു. പിന്നെ ധൈര്യമായി വാതിൽ തള്ളിത്തുറന്ന് ഉള്ളിൽ കയറി. ഉള്ളിൽ കയറിയതും നല്ല കുറുക്കിന്റെ മണം മൂക്കിൽ കയറി. ഹായ് നല്ല കുറുക്കുമണം! അവൾ ചുറ്റും നോക്കി. അതാ മേശപ്പുറത്ത് മൂന്നു കിണ്ണങ്ങൾ നിറയെ കുറുക്ക്. അവൾ ആദ്യം വലിയ കിണ്ണത്തിൽ തവിയിട്ട് അൽപ്പം കുറുക്ക് എടുത്തു സ്വാദു നോക്കി. "ഹൊ വലിയ ഉപ്പും എരിവും പുളിയും. എനിക്കിതു വേണ്ട." അവൾ പറഞ്ഞു.

അവൾ പിന്നെ ഇടത്തരം കിണ്ണത്തിലെ കുറുക്കെടുത്തു രുചിച്ചുനോക്കി. "ഹൊ എന്തൊരു മധുരം. എനിക്കിത്ര മധുരം ഇഷ്ടമല്ല." അവൾ പിന്നെ ഏറ്റവും ചെറിയ കിണ്ണത്തിനടുത്തെത്തി. അതിലെ കുറുക്ക് രുചിച്ചു നോക്കി. കൊള്ളാം. മധുരവും പുളിയും കിറുകൃത്യം. കൃത്യം എന്റെ പാകം. കുട്ടികൾക്കുള്ള കുറുക്കുതന്നെ. കുറേ നടന്നതല്ലേ. വിശപ്പുണ്ട്. കുറുക്കു കുടിച്ചേക്കാം. അവർ സ്പൂണെടുത്തു. കുറുക്ക് കോരിയെടുത്തു വായിലൊഴിച്ചു. രസിച്ചു കുടിച്ചു. കുടിച്ചുകുടിച്ച് കിണ്ണം കാലിയാക്കി.

അമ്പട. വയർ നിറഞ്ഞു. ഇനി എവിടെയെങ്കിലുമൊന്ന് ഇരിക്കണം. അവൾ ചുറ്റും നോക്കി. അവിടെ മൂന്നു കസേരകൾ കിടന്നിരുന്നു. അവൾ ആദ്യം ഏറ്റവും വലിയ കസേരയിൽ കയറി ഇരുന്നുനോക്കി. ഹോ! എന്തൊരു പൊക്കം. ഇത്ര ഉയരത്തിലിരുന്നാൽ ഏതു കുട്ടിക്കും തല കറങ്ങും. അവൾ താഴെയിറങ്ങി. പിന്നെ ഇടത്തരം കസേരയിലിരുന്നു നോക്കി. ഓ ഇതു വല്ലാതെ ചെരിഞ്ഞും താഴ്ന്നുമിരിക്കുന്നു. ഇതിലിരിക്കാൻ എനിക്ക് ഇഷ്ട

മല്ല. അവൾ എഴുന്നേറ്റ് ഏറ്റവും ചെറിയ കസേരയിലിരുന്നു. ഹായ് ഹായ് എന്തു സുഖം. എത്ര പാകം. കസേരയായാൽ ഇങ്ങനെ വേണം. അവൾ നന്നായി ചാരിയിരുന്നു.

ക്രാക്ക്! പെട്ടെന്ന് കസേര തകർന്നു. അവളുടെ ഭാരം താങ്ങാനാകാതെ അത് ഒടിഞ്ഞുനുറുങ്ങി തകർന്നു ചിതറിവീണു. അവളും

നിലത്തുവീണു. ഭാഗ്യം. നടുവൊടിഞ്ഞില്ല. തല പൊട്ടിയുമില്ല. ചന്തി ചതഞ്ഞുമില്ല. അവൾ ചാടിയെഴുന്നേറ്റു. ചുറ്റും നോക്കി. താൻ പ്ടുക്കോ എന്നു നിലത്തു വീണത് ആരെങ്കിലും കണ്ടോ? ഭാഗ്യം തന്നെ. ആരും ചുറ്റുമില്ല. അവൾ ആശ്വാസത്തോടെ ചിരിച്ചു.

ഇരിക്കാൻ പറ്റിയില്ലെങ്കിലും ഒന്നു കിടന്നാൽ മതി. വയർ വല്ലാതെ നിറഞ്ഞിരിക്കുകയല്ലേ. കണ്ണടഞ്ഞു പോകുന്നു. ഒന്നു കിടന്നു കണ്ണടച്ചാൽ ക്ഷീണം മാറും. അവൾ കുടിലിനരികിലുണ്ടായിരുന്ന ഏണിയിലൂടെ കയറി തട്ടിൻപുറത്തെത്തി. ഭാഗ്യം തന്നെ. അവിടെ മൂന്നു കട്ടിലുകൾ റെഡി. കിടക്കകളൊക്കെ വിരിച്ചിട്ടിരിക്കുന്നു. പുറമെ വൃത്തിയുള്ള വിരിപ്പുകൾ. പുതയ്ക്കാൻ പുതപ്പു വരെ വച്ചിട്ടുണ്ട്. കൊള്ളാം. ഗംഭീരം. ഗ്രേറ്റ്. അവൾ ആദ്യം ഏറ്റവും വലിയ കട്ടിലിൽ കയറിക്കിടന്നുനോക്കി. അയ്യോ ഇത് വലിയ കട്ടിയാണ്. പാറപോലെ ഉറച്ച കിടക്ക. ഏതെങ്കിലും തടിയനു പറ്റിയ കിടക്ക. എനിക്കിതു സഹിക്കാൻ വയ്യ.

അവൾ രണ്ടാമത്തെ കിടക്കയിലേക്കു കയറി. ഇടത്തരം കട്ടിലിലെ കിടക്ക. അതിലെ കിടക്ക വല്ലാതെ മൃദുലമായിരുന്നു. അയ്യയ്യോ ഇതെന്താ വെണ്ണകൊണ്ടുള്ള കിടക്കയോ. എനിക്കിതു പറ്റില്ല. അവൾ അതിൽനിന്നും ചാടിയിറങ്ങി. പിന്നെ ഏറ്റവും ചെറിയ കിടക്കയിൽ കയറി കിടന്നുനോക്കി. കൊള്ളാം. നല്ല കിടക്ക. കൃത്യമായ കട്ടി, മാർദവവും. കിടക്കാൻ പറ്റിയതുതന്നെ. അവൾ നിവർന്നു മലർന്നു കിടന്നു. പുതപ്പു വലിച്ചു പുതച്ചു. കണ്ണടച്ചു. പെട്ടെന്ന് ഉറക്കവുമായി.

കുറെ നേരം കഴിഞ്ഞപ്പോൾ കരടികുടുംബം നടപ്പുനിർത്തി തിരിച്ചുവന്നു. “ആരാണ് നമ്മുടെ വാതിൽ തുറന്നിട്ടിരിക്കുന്നത്?” കരടിയമ്മ വാതിൽക്കലേക്കു നോക്കിചോദിച്ചു.

“അത് എന്റെ കൂട്ടുകാരൻ ചിന്നൻ കലമാനായിരിക്കും” കരടിക്കുട്ടി പറഞ്ഞു.

“അകത്താരെങ്കിലുമുണ്ടോ?” അച്ഛൻകരടി ഗൗരവത്തിൽ മുരണ്ടുകൊണ്ട് ചോദിച്ചു. ഇല്ല. ഒരനക്കവുമില്ല. ഒരു മറുപടിയുമില്ല.

“എന്തായാലും നമുക്ക് അകത്തു കടക്കാം.” അമ്മക്കരടി പറഞ്ഞു. അകത്തു കടന്ന ഉടൻ അവർ ഞെട്ടി. മേശപ്പുറത്തെ പാത്രങ്ങളൊക്കെ സ്ഥാനം മാറിയിരിക്കുന്നു. തടിയൻകരടി തന്റെ കുറുക്കു പാത്രത്തിലേക്കു നോക്കി. “ആരാണ് എന്റെ കുറുക്കു കുറേ എടുത്തു തിന്നു സ്വാദു നോക്കിയിരിക്കുന്നത്?” തടിയൻകരടി ഗൗരവത്തോടെ ചോദിച്ചു. ഇല്ല. ഒരു ഉത്തരവും ആരും പറഞ്ഞില്ല.

അമ്മക്കരടി തന്റെ കുറുക്കുകിണ്ണത്തിലേക്കു നോക്കി. ഏതാനും

തുള്ളി മേശപ്പുറത്തു തൂവി കിടക്കുന്നു. കുറുക്ക് ഇളക്കിയിരിക്കുന്നു. "ആരാണ് എന്റെ കുറുക്കുമെടുത്തു സ്വാദു നോക്കിയത്?" അമ്മക്കരടിയും ഉച്ചത്തിൽ ചോദിച്ചുനോക്കി. ഇല്ല. ഒരനക്കവുമില്ല.

അപ്പോഴേക്ക് കുഞ്ഞൻകരടി തന്റെ കുറുക്കുകിണ്ണത്തിനടുത്തെത്തിയിരുന്നു. കുറുക്ക് കുറെ നിലത്തു വീണിരിക്കുന്നു! "അയ്യോ എന്റെ കുറുക്കും ആരോ എടുത്തു സ്വാദുനോക്കിയല്ലോ." അവൻ അത്ഭുതപ്പെട്ടു പറഞ്ഞു. പിന്നെ കിണ്ണമെടുത്ത് പൊക്കി ഉള്ളിലേക്കു ശ്രദ്ധിച്ചുനോക്കി. ഉള്ളിൽ ഒട്ടും കുറുക്കില്ല. അവന് സങ്കടം വന്നു. അവൻ നിലവിളിച്ചുപോയി. "അയ്യയ്യോ അമ്മേ, അച്ഛാ, എന്റെ കുറുക്കു മുഴുവൻ ആരോ കുടിച്ചുതീർത്തല്ലോ!"

അപ്പോഴേക്ക് തടിയൻകരടി തന്റെ കസേര കണ്ടു. "ആരാണ് എന്റെ കസേരയിൽ ഇരുന്നത്?" അവൻ മുരണ്ടു.

ഉടൻ അമ്മക്കരടി തന്റെ കസേരയിൽ നോക്കിയിട്ടു ചോദിച്ചു. "ആരാണ് എന്റെ കസേരയിലും കയറിയിരുന്നു നിരങ്ങിയിരിക്കുന്നത്?"

അതിനിടെ കുഞ്ഞൻകരടി അവന്റെ കസേരയിലേക്ക് നോക്കി. അതാ തന്റെ കസേര ഒടിഞ്ഞു തകർന്നു ചിതറിക്കിടക്കുന്നു. അതോടെ അവന്റെ കരച്ചിൽ ഇരട്ടിയായി.

"അയ്യയ്യോ അയ്യയ്യോ എന്റെ കുഞ്ഞുകസേരയിലിരുന്ന് ആരാണ് അത് ഒടിച്ചു തകർത്തു ചിതറിച്ചത്?" അവനും കഴിയുന്നത്ര ഉച്ചത്തിൽ ചോദിച്ചു. ഇല്ല. ആരും ഒരു മറുപടിയും പറഞ്ഞില്ല.

അപ്പോൾ അമ്മക്കരടി ഒന്ന് ആലോചിച്ചു. അവൾക്കായിരുന്നു കൂടുതൽ ബുദ്ധി. പ്രായോഗിക ബുദ്ധി. ഇവിടെ ആരേയും കാണുന്നില്ല. അപ്പോൾ നമ്മുടെ വീട്ടിൽ കടന്നുകയറിയവൻ തട്ടിൻപുറത്ത് ഒളിച്ചിരിപ്പുണ്ടാകണം. അവൾ ആലോചനയോടെ പറഞ്ഞു. "എങ്കിൽ നമുക്ക് തട്ടിൻപുറത്തു കയറിനോക്കാം." അച്ഛൻ കരടി പറഞ്ഞു.

അവർ തട്ടിൻപുറത്തേക്കു കയറി. അച്ഛൻ കരടി തന്റെ കിടക്ക അലങ്കോലപ്പെട്ടു കിടക്കുന്നതു കണ്ടുകൊണ്ടു പറഞ്ഞു.

"എന്റെ കിടക്കയിലാരോ കയറിയല്ലോ. ആരാണിതിൽ കിടന്നിരിക്കുന്നത്?"

അമ്മക്കരടി തന്റെ കിടക്കയിൽ നോക്കിക്കൊണ്ടു ചോദിച്ചു.

"ആരാണാവോ എന്റെ കിടക്കയിലും കയറിക്കിടന്നത്?"

അവർ കുഞ്ഞൻകരടിയുടെ കുഞ്ഞു കട്ടിലിനടുത്തേക്കു നടന്നു. "ആരാണെന്റെ കിടക്കയിലും കയറി കിടന്നത്?" അടുത്തുചെന്നു നോക്കുന്നതിനുമുൻപേ കുഞ്ഞൻ കരടി ചോദിച്ചു. ചോദ്യം ചോദിച്ചിട്ട് അവൻ കിടക്കയ്ക്കരികിൽ ചെന്ന് കിടക്കയിലേക്ക് നോക്കി.

എന്നിട്ട് അച്ഛന്റെയും അമ്മയുടെയും നേരെ നോക്കി കണ്ണിറുക്കി. എന്നിട്ടു പറഞ്ഞു:

"അവൾ, ആ കാന്താരി, ദാ എന്റെ കിടക്കയിൽ ഇപ്പോഴും കിടക്കുന്നുണ്ട്."

കിറുകൃത്യം, അപ്പോൾ നമ്മുടെ സ്വർണത്തലമുടിപ്പെണ്ണ് കണ്ണു തുറന്നു. താൻ സ്വപ്നം കാണുകയാണോ? അവൾക്കു സംശയമായി. പല രാത്രികളിലും അവൾ കരടികളെ സ്വപ്നം കണ്ടിട്ടുണ്ട്. ഇതും സ്വപ്നമാകണം. തീർച്ച. അറിയാൻ അവൾ പല പ്രാവശ്യം കണ്ണടച്ചുതുറന്നു നോക്കി. ഇതു സ്വപ്നമല്ല. മൂന്നു കരടികൾ. ശരിക്കും മൂന്ന്. മൂന്നുപേരും തന്നെത്തന്നെ നോക്കി നിൽക്കുന്നു. നോക്കിനോക്കി നിൽക്കുന്നു!

അവൾ അപ്പോൾ ശരിക്കും ഞെട്ടി. പേടിച്ചു. പേടിച്ചുവിറച്ചു. വിറച്ചു ചാടി. ചാടി എഴുന്നേറ്റു കിടക്കയിൽനിന്നും തട്ടിൻപുറത്തേക്കു ചാടി. തട്ടിൻ പുറത്തുകൂടി ഓടി. ഏണിയിലൂടെ അതിവേഗമിറങ്ങി. നിലത്തെത്തിയതും വാതിലിലൂടെ പുറത്തേക്ക് ഓടി. പുറത്തെത്തിയതും തിരിഞ്ഞുനോക്കാതെ ഓടി. കുഞ്ഞുകാലുകൾ അതിവേഗം നിലത്താഞ്ഞു ചവിട്ടിക്കുതിച്ച് ഓടി. ഒരു കുഞ്ഞനണ്ണാനെപ്പോലെ അതിവേഗം ഓടി.

അച്ഛൻകരടി കുലുങ്ങിചിരിച്ചു. അമ്മക്കരടി കിടന്നു ചിരിച്ചു. മകൻകരടി തുള്ളിച്ചാടിച്ചിരിച്ചു.

"മണ്ടിപ്പെണ്ണ്. അവൾ പേടിച്ചോടി" അച്ഛൻകരടി ചിരിച്ചുകൊണ്ടു പറഞ്ഞു.

"നല്ല സുന്ദരിക്കുട്ടി" അമ്മക്കരടി വാത്സല്യത്തോടെ പറഞ്ഞു.

"അവളെ കിട്ടിയിരുന്നെങ്കിൽ എനിക്ക് ഒരു കളിപ്പാട്ടമാക്കാമായിരുന്നു" കുട്ടിക്കരടി നെടുവീർപ്പിട്ടു.

നമ്മുടെ സ്വർണത്തലമുടിക്കുട്ടി അപ്പോഴും കാട്ടിലൂടെ ഓടുകയായിരുന്നു. പേടിച്ചുവിറച്ചു ഓടുകയായിരുന്നു. മൂന്നു കരടികളും പുറകെ ഉണ്ട് എന്ന് കരുതി അവൾ ഓടി. നന്നായി ഓടി. അത്ര നന്നായി അവൾ അതിനുമുൻപൊരിക്കലും ഓടിയിരുന്നില്ല. മുൻപിൽ നോക്കാതെയായിരുന്നു ഓട്ടം. വഴിയേതെന്നു നോക്കാതെയുമായിരുന്നു ഓട്ടം. ഓടിയോടി അവൾ തളർന്നു. വഴിതെറ്റി അലഞ്ഞു. എന്നിട്ടും ഓടി. എങ്ങനെയോ അവസാനം ശരിയായ വഴിയിലെത്തി. വഴിയോരത്തെ വീട്ടിലെത്തി. അവിടെ വീടിനുവെളിയിൽ തന്നെ അവളുടെ അമ്മയും അച്ഛനും അവളെ കാത്തു നിൽപ്പുണ്ടായിരുന്നു.

അവൾ ഓടിത്തളർന്നണച്ച് അമ്മയുടെ കൈകളിലേക്കു വീണു. അവളുടെ നെഞ്ചിൽ പെരുമ്പറ അടിക്കുംപോലെ പടപടാ നെഞ്ചിടിച്ചു. അമ്മ അവളെ വീഴാതെ ചേർത്തു പിടിച്ചു. എന്നിട്ട് ദേഷ്യത്തോടെ ചോദിച്ചു: "ഗോൾഡിലോക്സ്, നീ എവിടെയായിരുന്നു? ഡാഡി നിന്നെ തെരയാൻ കാട്ടിലേക്കു കയറാൻ പോവുകയായിരുന്നു."

അവളുടെ മനോഹരമായ സ്വർണ്ണ അളകങ്ങൾ കണ്ട് നാട്ടുകാരിട്ട ഓമനപ്പേരായിരുന്നു ഗോൾഡിലോക്സ് എന്ന്. അമ്മയും അതിനാൽ അങ്ങനെയായിരുന്നു അവളെ വിളിച്ചിരുന്നത്.

ഗോൾഡിലോക്സ് അമ്മയോടു പറ്റിച്ചേർന്നു നിന്നു. കണ്ണടച്ചു തുറന്നു. അകലെയൊന്നും കരടികൾ ഇല്ലെന്ന് ഉറപ്പുവരുത്തി. പിന്നെ ഇടയ്ക്കിടെ അണച്ചുകൊണ്ട് അവൾ കണ്ട കരടികളുടെ കഥ പറഞ്ഞു. ആരെയും അമ്പരപ്പിക്കുന്ന, രസിപ്പിക്കുന്ന ഒരു അത്ഭുത കഥ തന്നെയായിരുന്നു അത്. പിന്നീട് ഇക്കണ്ടകാലം മുഴുവൻ ലോകം മുഴുവനുമുള്ള കുട്ടികൾ വായിച്ചുരസിച്ചു വരുന്ന കഥ. കഥ തീർന്നപ്പോൾ അമ്മ അവളെ കെട്ടിപ്പിടിച്ച് ഓമനിച്ച് ആശ്വസിപ്പിച്ചുകൊണ്ടുപറഞ്ഞു: "എന്റെ മുത്തേ, ഞങ്ങൾ ജീവിച്ചിരിക്കുമ്പോൾ ഒരു കരടിയും നിന്നെ പിടിക്കാൻ വരില്ല... നീ പേടിക്കേണ്ട. പക്ഷേ, എടീ കുസൃതിപ്പെണ്ണേ, കാട്ടിലൂടെ അലയുമ്പോൾ പരിചയമില്ലാത്ത സ്ഥലങ്ങളിൽ കയറിനോക്കരുതെന്ന് ഞാൻ എത്ര പ്രാവശ്യം പറഞ്ഞിട്ടുള്ളതാണ്!"

അവൾ അപ്പോൾ ഒരു കള്ളച്ചിരി ചിരിച്ചു. അത്തരം സ്ഥലങ്ങൾ കണ്ടാൽ ഏതു കുട്ടിയാണ് കയറിപ്പോകാത്തത്? അത്തരം കുഴപ്പം പിടിച്ച ഇടങ്ങളിൽ കയറാനല്ലേ രസം. അവൾ അങ്ങനെയൊക്കെ ചിന്തിച്ചെങ്കിലും പുറത്തു പറഞ്ഞില്ല! അമ്മയെ പേടിക്കേണ്ടേ?

എന്നാൽ ഡാഡി അപ്പോഴും അവൾ പറഞ്ഞ കരടിക്കഥ മുഴുവനും വിശ്വസിച്ചില്ല. പെണ്ണ് മമ്മി കരുതുംപോലെ അത്ര പാവമൊന്നുമല്ല. പാതി ഭാവനയിൽ കണ്ടു പറഞ്ഞുകളയും! അതിനാൽ അദ്ദേഹം സംശയത്തോടെ ചോദിച്ചു.

"ഗോൾഡിലോക്സ് നീ സത്യം പറ. നീ ഈ പറയുന്ന കരടിക്കഥ ശരിക്കും സംഭവകഥയാണോ? അതോ ഞങ്ങളെ പറ്റിക്കാൻ പടച്ചു പറയുന്ന കള്ളക്കഥയോ?"

"കാട്ടിലലഞ്ഞപ്പോൾ നിനക്കു വഴിതെറ്റിപ്പോയതാണോ? അങ്ങനെ താമസിച്ചതിന് വേറെ കാരണം ഉണ്ടാക്കി പറയുന്നതാണോ?..." അച്ഛൻ ഒന്നുകൂടി ആലോചിച്ചിട്ട് വീണ്ടും ചോദിച്ചു.

"അതോ ഇന്നു ഗൃഹപാഠം ചെയ്യാൻ മടിമൂലം കാട്ടിൽ കറങ്ങിയിട്ടു വന്ന കള്ളക്കഥ പറയുന്നതോ?"

അത്രയും കേട്ടതോടെ ഗോൾഡിലോക്സിന്റെ ക്ഷമ കെട്ടു. താൻ ചില സൂത്രങ്ങളൊക്കെ ഒപ്പിക്കാറുണ്ട്. ചില ദിവസം ഗൃഹപാഠം ചെയ്യാതെ രക്ഷപ്പെടാറുമുണ്ട്. എന്നുവച്ച് ഇങ്ങനെ കള്ളക്കഥ പടച്ചുവിടുമോ! അവൾ അച്ഛന്റെ കൈകളിൽ കയറിപ്പിടിച്ചു തൂങ്ങി ശക്തമായി പ്രതിഷേധിച്ചു. "ഡാഡീ ഞാനത്ര കള്ളിയൊന്നുമല്ല. ഇപ്പോൾ എന്റെ കൂടെ വന്നാൽ ഞാൻ ആ കരടികളുടെ കൂട് കാണിച്ചുതരാം. ഞാൻ നടന്ന വഴി എനിക്ക് അത്ര നിശ്ചയമുണ്ട്."

അവൾ അച്ഛന്റെ കൈയിൽ പിടിച്ചുവലിച്ചുകൊണ്ട് കാട്ടിലേക്കു നടന്നു. അമ്മ പുറകേയും നടന്നു. അങ്ങനെയൊരു കരടിക്കുടിലുണ്ടെങ്കിലൊന്നു കാണണം. അച്ഛനും അമ്മയും തയാറായി. കരടിക്കുടിലിലേക്കു നടക്കുമ്പോൾ അച്ഛൻ ഗോൾഡിലോക്സിനോട് കരടികളുടെ സ്വഭാവങ്ങളെക്കുറിച്ച് പറഞ്ഞു. "കരടികൾ തമാശക്കാരാണ്. വെറുതെ ആരേയും ആക്രമിക്കുകയില്ല. നീ കട്ടിലിൽ കിടക്കുന്നതുകണ്ട് അവർ അത്ഭുതപ്പെട്ടു നിൽക്കുകയായിരുന്നു. നിന്നെ ഉപദ്രവിക്കാൻ അവർക്കു പ്ലാനില്ലായിരുന്നു. പക്ഷേ നീ പേടിച്ച് ഓടിപ്പോയതാണ്."

അതുകേട്ടപ്പോൾ ഗോൾഡിലോക്സിന് സങ്കടവും വന്നു. ആ കരടിക്കുട്ടിയുടെ കൂടെ പകൽ മുഴുവൻ കളിക്കാമായിരുന്നു. ആ അവസരം നഷ്ടപ്പെടുത്തി. കരടിക്കുട്ടിയുടെ കൗതുകം നിറഞ്ഞ മുഖം ഓർമവന്നപ്പോൾ അവൾ ചിരിച്ചുപോയി.

നടന്നുനടന്ന് ഗോൾഡിലോക്സ് കരടിക്കുടിലിനടുത്തെത്തി. "ദാ ആ വളവു കഴിയുമ്പോൾ പാറക്കൂട്ടത്തിനപ്പുറത്തെ മരച്ചുവട്ടിലാണ് വീട്. വരൂ. ഞാൻ കാണിച്ചുതരാം." ഗോൾഡിലോക്സ് അച്ഛനെയും അമ്മയെയും അങ്ങോട്ടു നയിച്ചു.

അവൾ പാറക്കൂട്ടത്തിനപ്പുറത്തെ വലിയ മരത്തിനു ചുവട്ടിലേക്കു നോക്കി. എന്ത്! അവിടെ കുടിലൊന്നും കാണുന്നില്ലല്ലോ. അവൾ വലത്തും ഇടത്തും നോക്കി. മുന്നിലും പിന്നിലും നോക്കി. വിശ്വാസം വരാഞ്ഞിട്ട് വീണ്ടുംവീണ്ടും നോക്കി. പിന്നെ പാറക്കൂട്ടത്തിനു ചുറ്റും നോക്കി. മരത്തിനപ്പുറവും നോക്കി. അവിടെയെങ്ങും ഓടിനടന്നു നോക്കി. എന്നിട്ടൊന്നും അവിടെ കരടിക്കൂടു കണ്ടതേയില്ല. കരടികൾ കുടിലുംകൊണ്ട് ഒളിച്ചതാകുമോ? തനിക്കു വീണ്ടും വഴി തെറ്റിയതാകുമോ? അതോ കാട്ടിലലഞ്ഞ് തളർന്നിരുന്ന് താൻ സ്വപ്നം കണ്ടതാകുമോ? അവൾക്ക് ഒരു പിടിയും കിട്ടിയില്ല.

പിന്നീടൊര് ആയിരം പ്രാവശ്യമെങ്കിലും ഗോൾഡിലോക്സ് ആ കാട്ടിൽ ആ ഭാഗത്ത് അലഞ്ഞുനടന്ന് അന്വേഷിച്ചിട്ടുണ്ട്. അനേകവർഷങ്ങൾ അന്വേഷിച്ചിട്ടുണ്ട്. അതിനിടെ അവൾ വളർന്നു. യുവതിയായി, വിവാഹിതയായി. പിന്നെ അവൾക്കും കുട്ടികളായി. രണ്ടു പുന്നാരക്കുട്ടികൾ. രണ്ടു കൊച്ചു ഗോൾഡിലോക്സ്. അമ്മയുടെ തനിപ്പകർപ്പ്. അവൾ അവരേയും അവരുടെ അച്ഛനേയും കൊണ്ട് ആ പാറക്കൂട്ടത്തിനു പുറത്ത് ഒരുനാൾ ചെന്നിരുന്നു. അവിടെയിരുന്ന് മൂന്നു കരടികളുടെ കുടിലിൽ കയറിയ കഥ പറഞ്ഞു. പിന്നെ അവർ ഒന്നിച്ച് അവിടെയൊക്കെ തെരഞ്ഞു. ഇല്ല. ഇന്നുവരെ ആ കുടിൽ കണ്ടിട്ടില്ല. ഇന്നുവരെ! നിങ്ങളെങ്ങാൻ ആ ഭാഗത്തു കൂടി നടക്കുമ്പോൾ ആ കുടിൽ കണ്ടാൽ പറയണേ! ആ കരടികളെ കണ്ടാലും വിവരമറിയിക്കണേ. മറക്കല്ലേ.

# 8

## നഗ്നനായ രാജാവ്

**ഇ**തൊരു കിറുക്കൻ രാജാവിന്റെ കഥയാണ്. കിറുക്കെന്നു പറഞ്ഞാൽ വലിയ കിറുക്കല്ല. അരക്കിറുക്ക്. ഇല്ല. കാൽക്കിറുക്ക്. കാൽപ്പിരിയിളക്കം... ചെറിയ വട്ട്. രാജാവിന് വട്ടിളകിയാൽ പ്രജകൾക്കും വിവരമറിയേണ്ടി വരും. അവർ പരസ്യമായി ചിരിച്ചാൽ തലപോകും. അതിനാലവർ രഹസ്യമായി ചിരിക്കുകയും ചെയ്യും.

നമ്മുടെ രാജാവിന്റെ ഭ്രാന്ത് എന്തായിരുന്നെന്നോ? എപ്പോഴും വസ്ത്രം മാറുക. ഉടുപ്പു മാറും. കാലുറയും മാറും. അടിമുടി ഡ്രസു മാറും. ഇടയ്ക്കിടെ മാറും. ഓരോ പ്രാവശ്യവും പുതിയ ഡ്രസ് തന്നെ വേണംതാനും. എന്തൊരു ഭ്രാന്ത്! ഏറ്റവും നല്ല ഡ്രസുകൾ എല്ലാം തനിക്കു മാത്രമാകണം. അതായിരുന്നു രാജാവിന്റെ മോഹം. പുതിയ പുതിയ, മുന്തിയ മുന്തിയ, ഏറ്റവും മുന്തിയ ഡ്രസുകൾ വാങ്ങാനായി അദ്ദേഹം പണം കണക്കില്ലാതെ ചെലവാക്കി. സ്വന്തം രാജ്ഞിക്കും മക്കൾക്കും ഡ്രസിനായി പണം മുടക്കിയില്ല. എല്ലാം തനിക്കുതന്നെ  വാങ്ങി.

വിവരം വീട്ടുകാരറിഞ്ഞു. നാട്ടുകാരറിഞ്ഞു. രാജ്യം മുഴുവനറിഞ്ഞു. രാജ്യത്തിനു പുറത്തുള്ളവരും അറിഞ്ഞു. ലോകം മുഴുവനുമറിഞ്ഞു. നല്ലവരുമറിഞ്ഞു. ചീത്തവരുമറിഞ്ഞു. അങ്ങനെ കള്ളന്മാരുമറിഞ്ഞു. അങ്ങനെ ആ നാട്ടിലെ പെരുങ്കള്ളനും കൊടുംകള്ളനുമറിഞ്ഞു. കള്ളന്മാരിലെ ഏറ്റവും വലിയ രണ്ടു കള്ളന്മാരായിരുന്നു അവർ. പെരുങ്കള്ളനും കൊടും കള്ളനും. അവർ തമ്മിൽ കണ്ടു.

തമ്മിൽ ആലോചിച്ചു. ഭ്രാന്തൻ രാജാവിനെ പറ്റിക്കാനുള്ള ഒരു ഗംഭീര പരിപാടി അവർ ആലോചിച്ചു.

അവർ വേഷം മാറി. വിദഗ്ധരായ നെയ്ത്തുകാരായി വേഷമിട്ടു. വിദേശത്തെ ഏറ്റവും വലിയ ചക്രവർത്തിയുടെ നാട്ടുകാരായ നെയ്ത്തുകാർ. അവർ രാജാവിനെ രഹസ്യമായി കണ്ടു. വലിയ ഒരു രഹസ്യം പറഞ്ഞു.

"ലോകത്തെ ഏറ്റവും മനോഹരമായ, ഏറ്റവും മുന്തിയ ഏറ്റവും വിലകൂടിയ, വസ്ത്രം ഉണ്ടാക്കാൻ അവർക്കറിയാം. ഒരു രാജാവിനും ഒരു ചക്രവർത്തിക്കും ഇന്നോളം കിട്ടിയിട്ടില്ലാത്ത വസ്ത്രം."

അതുകേട്ടതോടെ രാജാവിന്റെ പിരി കൂടുതൽ ഇളകി. "ശരിയാണോ? സത്യമാണോ? ശരിക്കും സത്യം" രാജാവ് എടുത്തെടുത്തു ചോദിച്ചു.

"സത്യം സത്യം സത്യം" അവർ നിലത്തു മുട്ടുകുത്തിനിന്ന് നിലത്ത് ഏത്തമിട്ടു പറഞ്ഞു. പിന്നെ ഒരു കാര്യംകൂടി പറഞ്ഞു.

"അതൊരു മാന്ത്രിക വസ്ത്രമാണ്. വലിയ ഒരു മാന്ത്രികനാണ് അതു നെയ്ത് ഉണ്ടാക്കാൻ പഠിപ്പിച്ചത്. അത് ബുദ്ധിയും വിവേകവുമുള്ളവർക്കേ കാണാൻ കഴിയൂ. തലയ്ക്കകത്ത് ഒന്നുമില്ലാത്ത തിരുമണ്ടന്മാർക്ക് എത്ര ശ്രമിച്ചാലും അതു കാണാൻ കഴിയുകയില്ല."

"അതുവ്വോ. എങ്കിൽ അതുപയോഗിച്ച് നാട്ടിലെ ബുദ്ധിയുള്ളവരെ കണ്ടുപിടിക്കുകയും ചെയ്യാമല്ലോ?"

രാജാവ് അത്ഭുതത്തോടെ ചോദിച്ചു.

"ചെയ്യാം ചെയ്യാം. പക്ഷേ, ഒരു ചെറിയ പ്രശ്നമുണ്ട്."

കള്ളന്മാരിൽ കാഞ്ഞവൻ തലചൊറിഞ്ഞ് അൽപ്പം വിഷമം അഭിനയിച്ചുകൊണ്ട് പറഞ്ഞു.

"മടിക്കേണ്ട, പറഞ്ഞോളൂ." രാജാവ് പ്രശ്നം പറയാൻ പ്രേരിപ്പിച്ചു.

"ആ വസ്ത്രം നെയ്തെടുക്കാൻ കുറേയേറെ സ്വർണനൂൽ വേണം."

"സ്വർണനൂലോ? അത് എത്ര വേണമെങ്കിലും തരാം."

എന്റെ കൊട്ടാരത്തിലുള്ളത്ര സ്വർണം മറ്റൊരിടത്തുമില്ല" രാജാവ് അങ്ങനെ പറഞ്ഞു. എന്നിട്ട് കലവറയിലെ സ്വർണമെല്ലാം എടുത്തുകൊണ്ടുവരാൻ ആളെ വിട്ടു. കള്ളന്മാരെ കൊട്ടാരത്തിനടുത്ത് ഒരു കെട്ടിടത്തിൽ താമസിപ്പിക്കുകയും ചെയ്തു.

അന്നുതന്നെ കലവറയിലെ സ്വർണം മുഴുവൻ കള്ളന്മാരുടെ കൈകളിലെത്തി. "ഞങ്ങൾക്ക് ഒരാഴ്ച സമയം വേണം. ഇത്രയും

സ്വർണം ഉരുക്കി നൂലാക്കി, പിന്നെ വസ്ത്രം നെയ്തുണ്ടാക്കേണ്ടേ?" അവർ പറഞ്ഞു. രാജാവ് സമ്മതിച്ചു.

ഒരാഴ്ച കഴിഞ്ഞപ്പോൾ രാജാവ് വീണ്ടും കള്ളന്മാരുടെ താമസ സ്ഥലത്തു ചെന്നു. അപ്പോൾ അവർ പറഞ്ഞു: "വസ്ത്രം നെയ്തു തീരുംമുൻപ് ആരെങ്കിലും കണ്ടാൽ അതിന്റെ മാന്ത്രികശക്തി പോകും. അതിനാൽ അങ്ങ് ഇപ്പോഴതു കാണേണ്ട. ഞങ്ങൾക്ക് കുറച്ചു സ്വർണംകൂടി തരണം. എന്നാലേ നെയ്തു തീരൂ."

രാജാവ് പട്ടാളക്കാരെ വിട്ട് നാടുമുഴുവൻ തെരഞ്ഞ് നാട്ടിലുള്ളവരുടെ സ്വർണംകൂടി പിടിച്ചെടുത്ത് കള്ളന്മാർക്കു കൊടുത്തു.

കിട്ടിയ സ്വർണം മുഴുവൻ കള്ളന്മാർ അവരുടെ പെട്ടികളിൽ ഒളിപ്പിച്ചു. കെട്ടിടത്തിനകത്തുനിന്നും പുറത്തിറങ്ങിയതേയില്ല. എപ്പോഴും നെയ്ത്തിലാണ് എന്ന് രാജാവിനെ അറിയിക്കുകയും ചെയ്തു.

അവസാനം ഒരു ദിവസം അവർ വസ്ത്രം റെഡിയായതായി രാജാവിനെ അറിയിച്ചു. രാജ്യത്തെ ഏറ്റവും ബുദ്ധിമാനായ ആൾ മന്ത്രിയാണ്. ആദ്യം മന്ത്രിതന്നെ പോയി വസ്ത്രം കാണട്ടെ. നന്നായിട്ടുണ്ടോ എന്നു പറയട്ടെ. എന്നിട്ടേ താൻ ഇട്ടുനോക്കുന്നുള്ളൂ. രാജാവ് നിശ്ചയിച്ചു. മന്ത്രിയെ കള്ളന്മാരുടെ അടുത്തേക്ക് അയച്ചു.

മന്ത്രി ചെന്നു. കള്ളന്മാർ ഒരു വലിയ സ്റ്റാന്റിൽ കുറച്ചു കൊളുത്തുകൾ ഫിറ്റു ചെയ്തു മുറിയിൽ വച്ചിരുന്നു. അതിലേക്ക് കൈചൂണ്ടി അവർ പറഞ്ഞു:

"നോക്ക്. ലോകത്തെ ഏറ്റവും മനോഹരമായ വിലയേറിയ വസ്ത്രം. അത് ആദ്യമായി കണ്ട് ആനന്ദിക്കാനുള്ള മഹാഭാഗ്യം അങ്ങേക്കു ലഭിച്ചിരിക്കുന്നതിന് ദൈവത്തോടു നന്ദി പറയണേ."

മന്ത്രി സ്റ്റാന്റിലേക്ക് നോക്കി. ഒന്നും കണ്ടില്ല. വീണ്ടും വീണ്ടും നോക്കി. ഒന്നും കണ്ടില്ല. പക്ഷേ, കണ്ടില്ല എന്നു പറയാമോ? പറഞ്ഞാൽ തനിക്ക് ബുദ്ധിയും വിവേകവുമില്ല എന്നു തെളിയും. അതിനാൽ ഏറെനേരം നോക്കിനിന്നതിനുശേഷം മടിച്ചുമടിച്ച് മന്ത്രി പറഞ്ഞു. "നന്നായിരിക്കുന്നു. നല്ല ഡ്രസാണ്."

മന്ത്രി രാജാവിനെ ചെന്നുകണ്ടുപറഞ്ഞു: "ഇത്ര മനോഹരമായ ഒരു ഡ്രസ് ഞാൻ എന്റെ ജീവിതത്തിൽ വേറെ കണ്ടിട്ടില്ല."

രാജാവിനു സന്തോഷമായി. അദ്ദേഹം നേരിട്ടുതന്നെ വസ്ത്രം നെയ്തുവച്ചിരിക്കുന്ന സ്ഥലത്തേക്കു പോയി. ഡ്രസ് തൂക്കിയിട്ടിരിക്കുന്ന സ്റ്റാന്റിനു മുൻപിൽ ചെന്നുനിന്നു. നോക്കി. ഒന്നും കാണുന്നില്ല. ദൈവമേ! എനിക്കു ബുദ്ധിയില്ല, വിവേകവുമില്ല

എന്നാണോ. അങ്ങനെയാണെങ്കിലും അതു മറ്റാരും അറിയരുത്. അതിനാൽ ഞാൻ ഡ്രസ് കാണുന്നില്ല എന്ന് ആരോടും പറയേണ്ട.

അങ്ങനെ ചിന്തിച്ചുകൊണ്ട് അദ്ദേഹം സ്റ്റാന്റിലേക്കു നോക്കി സന്തോഷത്തോടെ ചിരിച്ചുകൊണ്ടു പറഞ്ഞു: "കൊള്ളാം. ഗംഭീര മായിരിക്കുന്നു. ഇത്ര നല്ലതായിരിക്കും ഈ ഡ്രസ് എന്ന് ഞാൻ ക

രുതിയിരുന്നില്ല. ഇതു നെയ്ത നിങ്ങൾക്ക് പ്രത്യേകം സമ്മാനം തരുന്നുണ്ട്."

നെയ്ത്തുകാർ രാജാവിനെ വന്ദിച്ചു. അപ്പോൾ അവരിലെ വലിയ കള്ളൻ പറഞ്ഞു: "തിരുമേനീ, ഈ ഡ്രസ് ഇടാൻ എന്തു സുഖമാണെന്നോ. എന്തെങ്കിലും ഇട്ടിട്ടുണ്ട് എന്നു തോന്നുകയേ ഇല്ല. അത്ര നേർത്തതാണ്. ശരീരത്തിൽ നന്നായി കാറ്റുകയറും. ഉഷ്ണമേ തോന്നുകയില്ല."

"അതും നന്നായി." രാജാവ് പറഞ്ഞു. എന്നിട്ടു മന്ത്രിയുടെ നേരെ തിരിഞ്ഞുപറഞ്ഞു:

"ഇവർ എന്നെ വസ്ത്രമണിയിക്കട്ടെ. ഞാൻ പുതിയ വസ്ത്രമണിഞ്ഞു കഴിഞ്ഞാൽ ഒരു പട്ടണപ്രദിക്ഷണം നടത്തും. എല്ലാ ബുദ്ധിമാന്മാരും വിവേകശാലികളും എന്റെ വസ്ത്രം കാണട്ടെ. പ്രജകളോടൊപ്പം രാജപാതയിൽ വന്നു നിൽക്കാൻ പറയൂ."

മന്ത്രി ഞെട്ടിപ്പോയി. പ്രജകളോടു വിവരം പറഞ്ഞു. പ്രജകൾ രാജപാതയിലേക്ക് ഓടി. അതിനിടെ കള്ളന്മാർ രാജാവിന്റെ വസ്ത്രം മുഴുവൻ അഴിച്ചുവച്ചു. രാജാവ് പൂർണ നഗ്നനായി. ജനിച്ച കുഞ്ഞിന്റെ അവസ്ഥ! പിന്നെ കള്ളന്മാർ സ്റ്റാന്റിൽ തൂക്കിയിരിക്കുന്ന ഡ്രസ് ശ്രദ്ധയോടെ എടുക്കുന്നതായി അഭിനയിച്ചു. രണ്ടുപേരും കൂടി അതെടുത്ത് വളരെ ശ്രദ്ധയോടെ രാജാവിന്റെ തലവഴി ഇടുന്നതായി നന്നായി അഭിനയിച്ചു. പിന്നെ അവിടെയും ഇവിടെയും വലിച്ചിടുന്നതായും അഭിനയിച്ചു. പിന്നെ മാറിനിന്നുനോക്കി. എന്നിട്ടു പറഞ്ഞു. "ഗംഭീരമായിരിക്കുന്നു. എന്തൊരു ചന്തം. എന്തൊരു ഗാംഭീര്യം. ബുദ്ധിയുള്ളവർക്കു കണ്ടാലറിയാം ഇതിന്റെ ശരിവില. ഞങ്ങൾക്കു സന്തോഷമായി."

അവർ രാജാവിന്റെ കാൽക്കൽ വീണു നമസ്കരിച്ചു. അവരുടെ സന്തോഷം പ്രകടിപ്പിച്ചു.

രാജാവ് സന്തോഷത്തോടെ, ഗമയോടെ, രാജപാതയിലേക്കിറങ്ങി. മന്ത്രി പുറകെ ചെന്നു. രാജാവ് രാജപാതയിലൂടെ നടന്നു. കണ്ടവർ കണ്ടവർ വീണ്ടും വീണ്ടും നോക്കി. ആരും രാജാവിന്റെ ഡ്രസ് കണ്ടില്ല. രാജാവ് പിറന്ന കോലത്തോടെ നടക്കുന്നു. പക്ഷേ, ആരും അതു പറയാൻ ധൈര്യപ്പെട്ടില്ല. പറയുന്ന ആളിന് ബുദ്ധിയില്ലെന്നും വിവേകമില്ലെന്നും രാജാവും മറ്റുള്ളവരും അറിയും. അങ്ങനെ പേടിച്ച് ആരും ഒന്നും പറഞ്ഞില്ല.

രാജാവ് രാജപാതയുടെ അവസാന ഭാഗത്തെത്തി. അവിടെ ഏതോ വീട്ടിലെ ഒരു കൊച്ചുകുട്ടി രാജാവിനെ കാണാൻ നിന്നിരുന്നു. മൂന്നോ നാലോ വയസു മാത്രമുണ്ടായിരുന്ന നിഷ്കളങ്കനായ

ഒരു കുട്ടി. രാജാവിനെ കണ്ടതും അവൻ മൂക്കത്തു വിരൽ വച്ചു. ഉച്ചത്തിൽ വിളിച്ചുപറഞ്ഞു. "അയ്യോ കഷ്ടം കഷ്ടം. നമ്മുടെ രാജാവ് നഗ്നനായി നടക്കുന്നു."

അവൻ ഉച്ചത്തിലായിരുന്നു ആ സത്യം വിളിച്ചു പറഞ്ഞത്. അത് കേട്ടവർ കേട്ടവർ ചിരിച്ചു. അറിയാതെ ശരിയാ ശരിയാ എന്നു പറഞ്ഞുപോയി. ശരിയാ. മന്ത്രിയും അറിയാതെ പറഞ്ഞു.

രാജാവിനും അപ്പോൾ സത്യം പറയാനുള്ള ധൈര്യമുണ്ടായി. "ആ കുട്ടി പറഞ്ഞത് ശരിയാ. എനിക്കും നേരത്തെ തോന്നിയതായിരുന്നു." രാജാവ് വിഷണ്ണനായി പറഞ്ഞു. മന്ത്രി ഉടൻ തന്റെ തോളിൽ കിടന്ന നേര്യതെടുത്ത് രാജാവിനെ ഉടുപ്പിച്ചു.

രാജാവ് പെട്ടെന്ന് എന്തോ ഓർത്ത് ഉച്ചത്തിൽ പറഞ്ഞു.

"ആ നെയ്ത്തുകാർ കള്ളന്മാരാണ്. വേഗം പോയി അവരെ പിടിക്ക്. അവരുടെ തലവെട്ടണം."

എന്നാൽ കള്ളന്മാർ നേരത്തെതന്നെ കിട്ടിയ സ്വർണവുമായി നാടുകടന്നിരുന്നു. അവർ കള്ളന്മാരുടെ രാജാക്കന്മാരായിരുന്നല്ലോ. നല്ല ബുദ്ധിയുള്ള കള്ളന്മാർ!

കൊട്ടാരത്തിലേക്കു വിഷണ്ണനായി നടക്കുമ്പോൾ രാജാവ് മന്ത്രിയോടു പറഞ്ഞു:

"രാജാവ് നഗ്നനാണ് എന്നു പറയാൻ കഴിയുന്നവനാണ് യഥാർഥ ബുദ്ധിമാൻ. ധൈര്യശാലി. സത്യവാൻ."

# 9

# പിനോക്യോ

**പ**ണ്ടുപണ്ട് ലോകമുണ്ടായി. ലോകത്ത് മനുഷ്യരുണ്ടായി. മനുഷ്യർക്ക് കുട്ടികളുണ്ടായി. കുട്ടികളുണ്ടായപ്പോൾ കുട്ടിക്കളികളുമുണ്ടായി. കുട്ടിക്കളികൾക്കായി കുട്ടികളുടെ കളിപ്പാട്ടങ്ങളുണ്ടാക്കുന്നവരുമുണ്ടായി. പലപല കളിപ്പാട്ടങ്ങൾ. പാവകൾ തന്നെ പലതരം. ആടുന്ന പാവകൾ. ചാടുന്ന പാവകൾ. ഓടുന്ന പാവകൾ. പറക്കുന്ന പാവകൾ. പാടുന്ന പാവകൾ. ചെണ്ട കൊട്ടുന്ന പാവകൾ. തലകുത്തി മറിയുന്ന പാവകൾ. പിന്നെ വേറെയും പലതരം കളിപ്പാട്ടങ്ങൾ. കുടവയറനാനകൾ. കണ്ണു തുറക്കുന്ന പൂച്ചകൾ. കുരയ്ക്കുന്ന നായ്ക്കുട്ടികൾ. ചിരിക്കുന്ന കുരങ്ങന്മാർ. ചാടുന്ന മുയലുകൾ. ഓടുന്ന വണ്ടികൾ... അങ്ങനെയങ്ങനെ അനേകതരം കളിപ്പാട്ടങ്ങൾ ഉണ്ടാക്കുന്നവർ. കുട്ടികളെ ഇഷ്ടപ്പെടുന്നവർ. കുട്ടിത്തമുള്ളവർ. സ്വപ്നമുള്ളവർ. ചിരിക്കാനറിയുന്നവർ. അത്തരം അനേകം കളിപ്പാട്ടമുണ്ടാക്കുന്നവർ. അവരുടെ പലപല തലമുറകൾ.

അക്കാലത്തെന്നോ എവിടെയോ ഏതോ നാട്ടിൽ ജീവിച്ച ഒരു കളിപ്പാട്ട നിർമാതാവായിരുന്നു ഗെപ്പറ്റോ. ഗെപ്പറ്റോ ഒരു പാവം മനുഷ്യനായിരുന്നു. കുട്ടികളെപ്പോലെ നിഷ്കളങ്കൻ. കുട്ടികളെ സ്നേഹിച്ചിരുന്നവൻ. ഗെപ്പറ്റോ ഒരു അപ്പൂപ്പനായിരുന്നു. ആ അപ്പൂപ്പന്റെ ഭാര്യ ഒരു നല്ല അമ്മൂമ്മയുമായിരുന്നു. അവർ ദരിദ്രരായിരുന്നു. ഒരു കൊച്ചുകുടിലിലായിരുന്നു അവരുടെ താമസം. അവർക്കു കുട്ടികളില്ലായിരുന്നു. അതിൽ സങ്കടവുമുണ്ടായിരുന്നു. എന്നിട്ടും അവർ

മറ്റു കുട്ടികൾക്കുവേണ്ടി പാവകൾ ഉണ്ടാക്കി. മറ്റു കുട്ടികളുടെ സന്തോഷംകണ്ടു സന്തോഷിച്ചു.

പാവകളുണ്ടാക്കുന്നത് ഗെപ്പറ്റോ ആയിരുന്നു. പാവകൾക്ക് ഉടുപ്പുണ്ടാക്കുന്നത് അമ്മൂമ്മയും. ഒരു ദിവസം രാവിലെ ഗെപ്പറ്റോ ഒരു തടിക്കഷണമെടുത്ത് ചെത്തിമിനുക്കി ഒരു തടിപ്പാവയെ ഉണ്ടാക്കാൻ തുടങ്ങി. ഒരു സുന്ദരൻ ആൺകുട്ടി. ജീവനുള്ള കണ്ണുകൾ. മനോഹരമായ മുഖത്ത് മനോഹരമായ കണ്ണുകൾ. തുറന്നിരിക്കുന്ന കണ്ണുകൾ. ആ കണ്ണുകളിലേക്കു നോക്കി ഗെപ്പറ്റോ ഇരുന്നുപോയി. ആ പാവയുടെ കണ്ണുകൾ അയാളെ നോക്കുന്നുണ്ടോ? ഗെപ്പറ്റോക്കു സംശയമായി. അത്ര നല്ല കണ്ണുകളായിരുന്നു അവന്റെ കണ്ണുകൾ.

തന്നെ നോക്കുന്ന പാവയുടെ കണ്ണുകളിലേക്കു നോക്കിയിരുന്നപ്പോൾ ഗെപ്പറ്റോക്കു കരച്ചിൽ വന്നു. ദൈവമേ! എനിക്ക് ഇവനെപ്പോലൊരു മകനുണ്ടായിരുന്നെങ്കിൽ! ഇത്തരമൊരു മുഖത്തെ ഇത്തരം കുസൃതിക്കണ്ണുകളിലേക്ക് നോക്കിയിരിക്കാൻ എനിക്ക് എത്ര ആശയുണ്ട്! ആ കുസൃതിക്കുട്ടനെ നോക്കിയിരിക്കുമ്പോൾ ഗെപ്പറ്റോക്കൊരു പുന്നാരപ്പേരു തോന്നി. പിനോക്യോ. തനിക്കൊരു മകനുണ്ടായിരുന്നെങ്കിൽ ഇടുമായിരുന്ന പേര്. ഗെപ്പറ്റോ താനുണ്ടാക്കിയ തടിപ്പാവയ്ക്ക് ആ പേരുതന്നെ ഇട്ടു.

ഗെപ്പറ്റോ ഇങ്ങനെ ഒരു തടിപ്പാവയെ കൊത്തിയെടുക്കുന്നതും അവന്റെ കണ്ണുകളിലേക്ക് നോക്കി കരയുന്നതും തനിക്കൊരു മകനില്ലാതെ പോയതിൽ ദുഃഖിക്കുന്നതും താനുണ്ടാക്കിയ പാവയ്ക്ക് പിനോക്യോ എന്നു പേരിടുന്നതും എല്ലാം ഒരാൾ നോക്കിയിരിപ്പുണ്ടായിരുന്നു. ആരാണെന്നോ? നീല മാലാഖ.

ഗെപ്പറ്റോക്കൊരു മകനെ കിട്ടാൻ അർഹതയുണ്ട്. അവന്റെ ആഗ്രഹം സാധിപ്പിച്ചുകൊടുക്കണം. പിനോക്യോയെ അവന്റെ മകനാക്കാം. നീല മാലാഖ അങ്ങനെയൊക്കെ ചിന്തിച്ചു. പെട്ടെന്ന് പിനോക്യോക്ക് ജീവൻ കൊടുത്തു. “ഇവൻ നിന്റെ മകനായിരിക്കും.” എല്ലാവരും കേൾക്കെ മാലാഖ പ്രഖ്യാപിച്ചു.

ഗെപ്പറ്റോക്കു സന്തോഷമായി. വയസുകാലത്ത് ഒരു മകനെ കിട്ടിയല്ലോ. അയാൾ പിനോക്യോയെ മാറോടണച്ചു. പിന്നെ എടുത്ത് ഭാര്യയുടെ മടിയിൽ വച്ചുകൊടുത്തു. എത്ര സുന്ദരനായ ഒരു കുട്ടി. ഭാര്യയും അവനെ ഓമനിച്ചു.

അപ്പോൾ അവിടെ ഒരു ശബ്ദം മുഴങ്ങി. നീലമാലാഖയുടെ ശബ്ദമായിരുന്നു അത്. “പിനോക്യോ ഇതാ നിന്റെ കൂട്ടുകാരൻ. ജിമ്മി. നിന്റെ മനസ്സാക്ഷി സൂക്ഷിപ്പുകാരനായിരിക്കും അവൻ. ബുദ്ധി

മാനായ ക്രിക്കറ്റ്. അവൻ നിനക്ക് ശരിയും തെറ്റും പറഞ്ഞു തരും."

പിനോക്യോക്കും സന്തോഷമായി.

തനിക്ക് ജീവൻ കിട്ടിയല്ലോ. സ്നേഹമുള്ള അച്ഛനെയും അമ്മയെയും കിട്ടിയല്ലോ. ഇപ്പോഴിതാ ശരിയും തെറ്റും പറഞ്ഞുതരാനൊരു കൂട്ടുകാരനെയും ലഭിച്ചിരിക്കുന്നു. അവൻ സന്തോഷം കൊണ്ടു നൃത്തം വച്ചു.

അപ്പോൾ ഗെപ്പറ്റോ മകനെ ഓമനിച്ചുകൊണ്ടു പറഞ്ഞു: "പിനോക്യോ! പൊന്നുമോനേ! നീ സ്കൂളിൽ പോകണം. പഠിക്കണം."

അമ്മ അതു ശരിവച്ചു. ജിമ്മിക്രിക്കറ്റും അതിനോടു യോജിച്ചു. അവൻ പറഞ്ഞു: "അതാണു ശരി പിനോക്യോ. പഠിക്കാതിരുന്നാൽ നീ വെറും കഴുതയായിപ്പോകും."

ഗെപ്പറ്റോ ദരിദ്രനായിരുന്നല്ലോ. സ്കൂളിൽ പുസ്തകം കൊണ്ടു പോകണം. സ്പെല്ലിങ് ബുക്ക്, ഇംഗ്ലീഷ് പഠിക്കാനുള്ള പുസ്തകം. അതു വാങ്ങാനായി പാവം ഗെപ്പറ്റോ അവനുണ്ടായിരുന്ന ഒരേയൊരു കോട്ടും വിറ്റു, പുസ്തകം വാങ്ങിക്കൊടുത്തു.

പുസ്തകം കൈയിൽ വാങ്ങിക്കൊണ്ട് പിനോക്യോ പറഞ്ഞു: "ഞാൻ പഠിച്ച് അച്ഛന്റെ അഭിമാനമാകും." അവൻ അച്ഛനോടും അമ്മയോടും യാത്ര പറഞ്ഞ് പട്ടണത്തിലെ സ്കൂളിലേക്കു നടന്നു.

എന്നാൽ പട്ടണത്തിലെത്തിയതും പിനോക്യോയുടെ മനസ്സു മാറി. അവിടെ തീ വിഴുങ്ങിയുടെ പാവകളി എത്തിയിട്ടുണ്ടായിരുന്നു. മിസ്റ്റർ ഫയർ ഈറ്ററുടെ പാവകളിയല്ലേ ലോകത്തെ ഒന്നാംതരം പാവകളി. അതിന്റെ വാതിൽ കണ്ടതും പിനോക്യോ തന്റെ പുസ്തകം വിറ്റു പാവ തീയേറ്ററിൽ കയറാനുള്ള ടിക്കറ്റു വാങ്ങി! 'അരുതരുത്. അങ്ങനെ ചെയ്യരുത്. അതു തെറ്റാണ്.' എന്നൊക്കെ അവന്റെ മനസ്സാക്ഷി സൂക്ഷിപ്പുകാരനായിരുന്ന ജിമ്മി ക്രിക്കറ്റ് പല പ്രാവശ്യം പറഞ്ഞതായിരുന്നു. പക്ഷേ, പിനോക്യോ അതു ഗൗനിച്ചതേയില്ല.

പിനോക്യോയെ കണ്ടതും ഫയർ ഈറ്റർക്ക് ഇഷ്ടമായി. നല്ല സുന്ദരൻ പാവ. ജീവനുള്ള പാവ. ആടാനും പാടാനുമറിയുന്ന അത്ഭുതപാവ. ഫയർ ഈറ്റർ അവനെ സ്റ്റേജിലേക്ക് കയറ്റി. അവൻ എല്ലാം മറന്ന് സ്റ്റേജിൽ ആടിപ്പാടി ആളുകളെ രസിപ്പിച്ചു. സ്വയം രസിച്ചു. പാവ, തീയേറ്ററിന്റെ പ്രധാന നടനായി തിളങ്ങി.

ദിവസങ്ങൾ അനേകം പറന്നുപോയത് പിനോക്യോ അറിഞ്ഞില്ല. എന്നാൽ പാവ തീയേറ്റർ ആ പട്ടണത്തിൽനിന്നും വളരെ

അകലെയെവിടേക്കോ പോകുന്ന ദിവസമായി. നന്നായി പാടാനും നൃത്തം ചെയ്യാനുമറിയാവുന്ന പിനോക്യോയെ കൂടെ കൊണ്ടുപോകാൻ മിസ്റ്റർ ഫയർ ഈറ്റർ തയാറായിരുന്നു. എന്നാൽ പിനോക്യോയ്ക്ക് പേടിയായി. അകലേക്ക്, അറിയാത്ത നാട്ടിലേക്ക്, പോകാൻ ഭയമായി. തന്റെ വീട്ടിൽനിന്നും ഇത്ര അകലേക്ക് എങ്ങനെ പോകും. നന്നായി പാടാനും നൃത്തം വയ്ക്കാനും മാത്രമേ തനിക്കറിയാവൂ. എന്നാൽ തനിക്കു വേണ്ടത്ര ബുദ്ധിയില്ല. അറിവില്ല. വിവേകമില്ല. വേണ്ടത് വേണ്ടതുപോലെ തീരുമാനിക്കാനുള്ള പക്വതയില്ല. അതൊക്കെ പിനോക്യോയ്ക്ക് ആ നിമിഷം ബോധ്യമായി. അവന് സ്കൂളിൽ പോകാതെ പാവക്കൂത്തിനു പോയതിൽ സങ്കടം തോന്നി. അവൻ വിങ്ങിപ്പൊട്ടി. "പാവം എന്റെ അച്ഛൻ ഗെപ്പറ്റോ. ദരിദ്രനായ അദ്ദേഹം സ്വന്തം ജാക്കറ്റു വിറ്റായിരുന്നു എനിക്കു സ്കൂളിൽ പോകാൻ പുസ്തകം വാങ്ങിത്തന്നത്. ഞാൻ അച്ഛനറിയാതെ പാവക്കൂത്തിനു പോയി. പഠിച്ചില്ല. അച്ഛൻ എന്നെ കാണാതെ സങ്കടപ്പെടുന്നുണ്ടാകണം." ജിമ്മി ക്രിക്കറ്റിനോടായിരുന്നു അവനതൊക്കെ പറഞ്ഞു കരഞ്ഞത്. എന്നാൽ ഫയർ ഈറ്ററും അതു കേട്ടു. ഗെപ്പറ്റോയെ ഫയർ ഈറ്ററിനും അറിയാമായിരുന്നു. അയാൾക്ക് പിനോക്യോയോട് സഹതാപം തോന്നി. പിരിയുമ്പോൾ അയാൾ അവന് അഞ്ചു സ്വർണനാണയങ്ങൾ കൊടുത്തു.

പിനോക്യോക്ക് സന്തോഷമായി. "ഞാൻ ഇതുകൊണ്ട് ഗെപ്പറ്റോക്ക് ഒരു പുതിയ ജാക്കറ്റ് വാങ്ങും." അവൻ പ്രഖ്യാപിച്ചു.

എന്നാൽ ഒരു കള്ളൻ പൂച്ചയും പെരുങ്കള്ളൻ കുറുക്കനുംകൂടി പിനോക്യോയുടെ അടുത്തുകൂടി. "വെറും അഞ്ചു സ്വർണനാണയങ്ങൾ എന്തു ചെയ്യാനാണ് പിനോക്യോ. വരൂ വരൂ. ഞങ്ങളുടെ മാജിക് തോട്ടത്തിൽ അതു കുഴിച്ചിടൂ. പിറ്റേന്ന് അവിടെച്ചെന്നു നോക്കിക്കോളൂ. വലിയ ഒരു സ്വർണമരം അവിടെ വളർന്നുനിൽക്കും. അഞ്ച് ശിഖരങ്ങളുള്ള വൻ സ്വർണമരം. നിനക്ക് പിന്നെ എത്ര സ്വർണം വേണമെങ്കിലും പറിച്ചെടുക്കാം. വലിയ പണക്കാരനാകാം. അവർ പറഞ്ഞു.

"അരുതരുത്. ആ പണം ഗെപ്പറ്റോക്ക് അവകാശപ്പെട്ടതാണ്. ആ കള്ളന്മാർ പറയുന്നത് ഗൗനിക്കരുത്." ജിമ്മി ക്രിക്കറ്റ് പലതവണ പറഞ്ഞതൊന്നും പിനോക്യോ ഗൗനിച്ചില്ല. അവന് ബുദ്ധിയും വിവേകവുമില്ലായിരുന്നല്ലോ. അവൻ അഞ്ചു സ്വർണ നാണയങ്ങളും പൂച്ച പറഞ്ഞിടത്തു കുഴിച്ചിട്ടിട്ടുപോയി. പിറ്റേന്നുവന്നു നോക്കി. അവിടെ സ്വർണമരമില്ലായിരുന്നു. കുഴിച്ചിട്ടിടത്ത് നാണയങ്ങളുമില്ലായിരുന്നു. അത് പൂച്ചയും കുറുക്കനുംകൂടി കുഴിച്ചെടുത്ത് സ്ഥലം വിട്ടിരുന്നു.

പിനോക്യോയ്ക്ക് സങ്കടം സഹിക്കാനായില്ല. അവൻ വലിയ വായിൽ കരയാൻ തുടങ്ങി. അവന്റെ കരച്ചിൽ നീലമാലാഖ കേട്ടു. “എന്തുപറ്റി പിനോക്യോ?” മാലാഖ വിളിച്ചുചോദിച്ചു.

അവന് വിവേകമില്ലായിരുന്നല്ലോ. അറിവില്ലായിരുന്നല്ലോ. അതിനാലവന് കള്ളം പറയാനും മടിയില്ലായിരുന്നു. അവൻ വിളിച്ചു പറഞ്ഞു.

“ഞാൻ ഗെപ്പറ്റോ അച്ഛനു കൊടുക്കാനായി സ്വർണനാണയവും കൊണ്ടു പോവുകയായിരുന്നു. അപ്പോഴതു കൈയിൽനിന്നും വീണു പോയി.” അവൻ കരഞ്ഞുകൊണ്ടു തുടർന്നു:

“എനിക്കതു കണ്ടുപിടിക്കാൻ കഴിയുന്നില്ല.”

അവൻ അങ്ങനെ കള്ളം പറഞ്ഞുകൊണ്ടിരുന്നപ്പോൾ അസാധാരണമായ ഒന്ന് അവിടെ സംഭവിച്ചു. ആരും ഒരിക്കലും പ്രതീക്ഷിക്കാത്ത ഒരു സംഭവം. പിനോക്യോയുടെ മൂക്ക് നീളാൻ തുടങ്ങി.

നീലമാലാഖ വീണ്ടും ചോദിച്ചു. “എവിടെവച്ചാണ് നിന്റെ സ്വർണനാണയങ്ങൾ വീണുപോയത്?”

പിനോക്യോ വീണ്ടും കള്ളം ഉണ്ടാക്കി പറയാൻ തുടങ്ങി.

“ഞാൻ സ്കൂളിൽ പോകുന്ന വഴിയിൽ. എന്റെ പോക്കറ്റിൽ നിന്നും അതു നിലത്തു വീണുപോയതാകണം.”

അത്രയും പറഞ്ഞപ്പോഴേക്ക് അവന്റെ മൂക്ക് നീണ്ടുനീണ്ടു പോയിരുന്നു. അതിന്റെ അറ്റം കാണാനാകാത്തവിധം അത് അങ്ങു ദൂരെവരെ നീണ്ടിരുന്നു.

നീലമാലാഖ ചിരിച്ചു. ചിരിച്ചുകൊണ്ടു പറഞ്ഞു:

“പിനോക്യോ. നീ കള്ളം പറഞ്ഞുകൊണ്ടേയിരിക്കുന്നു. ഒരു കൊച്ചുകള്ളം പറയുന്നു. അത് ശരിയെന്നു സ്ഥാപിക്കാൻ അടുത്ത വലിയ കള്ളം. അതിനോടുകൂടി അതിലും വലിയ കള്ളം. അതിനോടുകൂടി അതിലും വലിയത്. നിനക്കിപ്പോൾ അത് മനസിലായല്ലോ. ചെറിയ കള്ളം വളർന്നു വലിയ കള്ളമാകും. നിന്റെ മൂക്കു വളരുന്നതുപോലെ!”

പിനോക്യോക്ക് അപ്പോൾ ശരിക്കും കാര്യം മനസിലായി. അറ്റം കാണാതെ വളർന്നു കിടക്കുന്ന തന്റെ മൂക്കുപോലെ കള്ളം വളരും! അവന് കള്ളം പറഞ്ഞതിലും വീണ്ടും പറഞ്ഞതിലും പിന്നീട് പറഞ്ഞതിലും വലിയ പശ്ചാത്താപം തോന്നി.

അവൻ ഉടൻതന്നെ നീലമാലാഖയോട് ക്ഷമ പറഞ്ഞു. തന്റെ തെറ്റ് ഏറ്റുപറഞ്ഞു പശ്ചാത്തപിച്ചു. ഞാനിനിയൊരിക്കലും ഇങ്ങനെ കള്ളം പറയില്ല. കള്ളം വളർത്തുകയില്ല. അങ്ങനെ പറഞ്ഞ് അവൻ തേങ്ങി. പശ്ചാത്താപംകൊണ്ട് വിങ്ങിപ്പൊട്ടിക്കരഞ്ഞു.

പിനോക്യോ കൊച്ചുകുട്ടിയല്ലേ. അതിനാൽ തെറ്റുപറ്റും. വിവേകമില്ലാത്തതിനാൽ കൂടുതൽ തെറ്റുപറ്റാം. നീലമാലാഖയ്ക്ക് അവനോടു ദയ തോന്നി. അവന്റെ മൂക്കിന്റെ നീളം കുറച്ചുകൊടുത്തു. എന്നിട്ട് ഉപദേശിച്ചു.

“നീ ജിമ്മിക്രിക്കറ്റിന്റെ വാക്കുകൾ കേട്ടിരുന്നെങ്കിൽ ഇങ്ങനെയൊന്നും സംഭവിക്കുകയില്ലായിരുന്നു. അത് മറക്കരുത്.”

അവൻ അതു സമ്മതിച്ചു. മാലാഖ പറഞ്ഞത് ശരിയാണ്. ഇനി ജിമ്മി ക്രിക്കറ്റിന്റെ വാക്കുകൾ കേൾക്കും. അവൻ നിശ്ചയിച്ചു. വീട്ടിലേക്കു നടന്നു.

എന്നാൽ അധികദൂരം നടക്കുന്നതിനു മുൻപുതന്നെ അവൻ കഴിഞ്ഞതൊക്കെ മറന്നു. വഴിയിലതാ ഒരു വണ്ടി. കുറച്ചു വികൃതരൂപികളായ കഴുതകൾ വലിക്കുന്ന ഒരു വണ്ടി. വണ്ടി നിറയെ കുട്ടികൾ. അവർ വിളിച്ചു പറഞ്ഞു.

“വരൂ വരൂ. കളിപ്പാട്ടങ്ങളുടെ നാട്ടിലേക്കു വരൂ. മുഴുവൻ സമയവും കളിക്കാം. വർഷം മുഴുവൻ കളിച്ചു കഴിയാം. വരൂ വരൂ.”

പിനോക്യോ വണ്ടിയിലേക്കു നോക്കിയപ്പോൾത്തന്നെ ജിമ്മി ക്രിക്കറ്റ് അവനെ തടഞ്ഞു.

“അവർ പറയുന്നത് കേൾക്കരുത്.”

എന്നാൽ പിനോക്യോ അതു കേൾക്കാതെ വണ്ടിയിലേക്ക് ചാടിക്കയറി. കളിപ്പാട്ട ലോകത്ത് എത്തിയാൽ നല്ല സുഖമല്ലേ. മുഴുവൻ സമയവും കളിക്കാം. പുസ്തകം വായിക്കേണ്ട. പാഠങ്ങൾ പഠിക്കേണ്ട. കളിയോടു കളി. എന്തു രസമായിരിക്കും.

അൽപ്പസമയം കഴിഞ്ഞപ്പോൾ പിനോക്യോക്ക് എന്തോ പന്തികേടു തോന്നി. എന്തോ ഒരു വിഷമം. ചെവിക്കു ഭാരം കൂടിയതുപോലെ. എന്ത്! തന്റെ ചെവികൾ നീണ്ടിരിക്കുന്നു. അവയ്ക്കു ഭാരം വച്ചിരിക്കുന്നു. അവയ്ക്കു എന്തൊരു ഭാരം. നിറയെ രോമങ്ങളും വളർന്നിരിക്കുന്നു. പിനോക്യോ കാര്യം മനസിലാക്കാതെ പകച്ചു. അപ്പോൾ അവന്റെ മനസ്സാക്ഷി സൂക്ഷിപ്പുകാരനായ ജിമ്മി ക്രിക്കറ്റ് അവനെ ശരിക്കും ശാസിച്ചു.

“ഞാനിതു നേരത്തെ പറഞ്ഞതല്ലേ മഠയാ. സ്കൂളിൽ പോയില്ലെങ്കിൽ നീ കഴുതയായി മാറുമെന്ന് ഞാൻ പറഞ്ഞതല്ലേ. നീ ഇനി എന്തു ചെയ്യും? എങ്ങനെ മറ്റുള്ളവരുടെ മുന്നിൽ ചെല്ലും?”

പിനോക്യോ അതോടെ ശരിക്കും തകർന്നുപോയി. അവന്റെ സർവ നിയന്ത്രണങ്ങളും വിട്ടുപോയി. അവൻ ശരിക്കും സങ്കടപ്പെട്ടു നിലവിളിച്ചു. ഗെപ്പറ്റോ. ഗെപ്പറ്റോ. എനിക്കു കളിപ്പാട്ടലോകത്തു പോകേണ്ട. എനിക്ക് വീട്ടിൽ പോകണം. എന്നെ രക്ഷിക്കൂ.”

ആളുകൾ ഓടിക്കൂടി. അവരൊക്കെ സങ്കടത്തിലായിരുന്നു. ഗെപ്പറ്റോ പിനോക്യോയെ തെരഞ്ഞുപോയിരിക്കുകയാണ്. അയാളെ കാണാനില്ല. അതിന്റെ വിഷമത്തിലായിരുന്നതിനാൽ അവരാരും അവന്റെ ചെവികൾ ശ്രദ്ധിച്ചതേയില്ല. അവർ അവനോടു പറഞ്ഞു.

"ഗെപ്പറ്റോ നിന്നെ കാണാതെ സങ്കടപ്പെട്ട് നടന്നു. നിന്നെ തെരക്കി കടലിലിറങ്ങി. അയാളെ ഒരു തിമിംഗലം വിഴുങ്ങി എന്നാണ് തോന്നുന്നത്."

അതുകൂടി കേട്ടതോടെ പിനോക്യോക്ക് സങ്കടം സഹിക്കാനായില്ല. പാവം അച്ഛൻ. തന്നെ തെരക്കിപോയി അപകടത്തിൽപ്പെട്ടിരിക്കുന്നു. അവൻ പിന്നെയൊന്നും ചിന്തിച്ചതേയില്ല. "പാവം അച്ഛൻ! ഞാൻ അദ്ദേഹത്തെ രക്ഷിച്ചേ മതിയാകൂ."

അവൻ ചാടിയോടി കടൽത്തീരത്തെത്തി. ഗെപ്പറ്റോ കടലിലിറങ്ങിയ അതേ സ്ഥലത്തുതന്നെ എത്തി. കടൽ അലറുന്നുണ്ടായിരുന്നു. മഷിപോലെ കറുത്ത അഗാധമായ കടലായിരുന്നു അത്. കൊടുങ്കാറ്റ് അടിക്കുന്നുമുണ്ടായിരുന്നു. മുഖത്തേക്കടിച്ചു കയറുന്ന കാറ്റിനെയും തിരമാലയെയും കൂസാതെ അവൻ കടലിലേക്ക് എടുത്തുചാടി. നീന്തിനീന്തിചെന്നു. എന്ത്! മുന്നിലൊരു ഗുഹയോ? അവൻ ധൈര്യത്തോടെ അതിനകത്ത് ഇഴഞ്ഞുകയറി. കയറിക്കയറി ഇടുങ്ങിയ ഇടത്തിലൂടെ ഉള്ളിലെത്തി. എഴുന്നേറ്റു നിൽക്കാൻ മാത്രം വലിയ ഭാഗത്തെത്തിയപ്പോൾ അവൻ എഴുന്നേറ്റു നിൽക്കുകതന്നെ ചെയ്തു. അപ്പോൾ അവൻ ശരിക്കും ആ ശബ്ദം കേട്ടു. തന്റെ അച്ഛന്റെ ചിരപരിചിതമായ ശബ്ദം. "എന്റെ പൊന്നു പിനോക്യോ! മകനേ! നീ എത്ര ധീരൻ. ജീവൻ പണയംവച്ച് നീ ഇതിലേക്കു കയറിവന്നല്ലോ. എന്നെ രക്ഷിക്കാൻ എത്തിയല്ലോ!"

പിനോക്യോ എങ്ങോട്ടാണ് ഇഴഞ്ഞു കയറിയെന്നോ? ഒരു തിമിംഗലത്തിന്റെ വായിലൂടെ വയറ്റിലേക്ക്. അറിഞ്ഞുകൊണ്ടാണോ? അറിയാതെയാണോ? അറിയില്ല. എന്തായാലും താനെവിടെയെന്ന് അവനറിഞ്ഞു. തന്റെ പ്രിയപ്പെട്ട പിതാവിന്റെ ശബ്ദം അവൻ തിരിച്ചറിഞ്ഞു. അവന് അപ്പോഴുണ്ടായ സന്തോഷം പറഞ്ഞറിയിക്കാൻ പറ്റുന്നതല്ല.

"അച്ഛാ ധൈര്യം വിടരുത്. നമുക്കു കാത്തിരിക്കാം. തിമിംഗലം വായ തുറക്കുന്ന തക്കത്തിന് നീന്തി പുറത്തു കടക്കാം. ആ രാക്ഷസൻ അതൊന്നുമറിയുകയില്ല. അച്ഛൻ എന്റെ പുറകെ വന്നാൽ മതി." പിനോക്യോ പറഞ്ഞു. അച്ഛന് ധൈര്യമായി.

അവർ കാത്തിരുന്നു. തിമിംഗലം വായ തുറന്നതും പിനോക്യോ

പുറത്തേക്കു കുതിച്ചു. ഗെപ്പറ്റോ പുറകെ ചെന്നു. പുറത്തുകടന്നതും പിനോക്യോ ഗെപ്പറ്റോയെ ഒരു കൈകൊണ്ടു പിടിച്ച് കരയിലേക്കു നീന്തി. അവൻ വല്ലാതെ തളർന്നുപോയിരുന്നു. എന്നിട്ടും ധീരനായി അച്ഛനേയും താങ്ങി നീന്തി. ജിമ്മിക്രിക്കറ്റ് വഴി കാണിച്ചു മുന്നിലുണ്ടായിരുന്നു. അവസാനം അവർ കരക്കെത്തുകതന്നെ ചെയ്തു. കരയ്ക്ക് എത്തിയതും പിനോക്യോ തളർന്നുവീണുപോയി. ഗെപ്പറ്റോ വിഷമിച്ച് അവനെ കരയിലേക്ക് എടുത്തുവച്ചു. അവിടെ നീല മാലാഖ കാത്തുനിന്നിരുന്നു. മാലാഖക്ക് സന്തോഷമായി. അവർ പറഞ്ഞു: "പിനോക്യോ! അവസാനം നീ നിന്റെ കഴിവു തെളിയിച്ചു. നീ ധീരനാണെന്നും സ്വന്തം പിതാവിനെ സ്നേഹിക്കുന്ന മകനാണെന്നും തെളിയിച്ചു. വിവേകത്തോടെ പ്രവർത്തിക്കാൻ കഴിവുള്ളവനാണെന്നും തെളിയിച്ചു. നിനക്കതിനു പ്രതിഫലം ഞാൻ തരുന്നുണ്ട്."

പെട്ടെന്ന് അവിടെ ഒരു അത്ഭുതം സംഭവിച്ചു. പിനോക്യോയുടെ രൂപം മാറി. തടിക്കു പകരം ശരിയായ മനുഷ്യശരീരം ഉണ്ടായി. എല്ലും മാംസവും തൊലിയുമായി. തടി നിമിഷംകൊണ്ട് മാറി. അതുവരെ തടിപ്പാവയായിരുന്ന പിനോക്യോ ശരിക്കും മനുഷ്യക്കുട്ടിയായി മാറി. അത്ഭുതം അവിടെ തീർന്നില്ല. അവന് ശരിക്കും സ്വന്തമായി ഒരു മനസുണ്ടായി. ശരിയും തെറ്റും ശരിയായി തിരിച്ചറിയാനുള്ള മനസ്സാക്ഷി ഉണ്ടായി. അവന് വിവേകം വന്നു!

അതുകണ്ട് ഗെപ്പറ്റോ ആഹ്ലാദിച്ചു. ജിമ്മിക്രിക്കറ്റിനും വലിയ സന്തോഷമായി. അവർ ദയാലുവായ നീലമാലാഖയെ വന്ദിച്ചുകൊണ്ട് നന്ദി പറഞ്ഞു. പിന്നെ വീട്ടിലേക്ക് യാത്രയായി. അമ്മയോടും പറയേണ്ടേ ഈ വലിയ വിശേഷങ്ങൾ!

# 10

## ഒരു രാജാവിന്റെ കഥ

**ഒ**രിക്കലൊരിടത്തൊരു നല്ല രാജാവുണ്ടായിരുന്നു. നന്നായി രാജ്യം ഭരിച്ചിരുന്ന രാജാവ്. നല്ല സ്വഭാവമുണ്ടായിരുന്ന രാജാവ്. നന്നായി നാടിനെയും നാട്ടുകാരെയും സ്നേഹിച്ചിരുന്ന രാജാവ്. എന്നും എപ്പോഴും രാജ്യത്തിന്റെ കാര്യങ്ങൾ മാത്രം ചിന്തിച്ചു ജീവിച്ചിരുന്ന രാജാവ്. രാജ്യഭരണം ഒരു തപസ്സുപോലെ കൊണ്ടുനടന്നിരുന്ന രാജാവ്.

അങ്ങനെയുള്ള ഒരാൾ നാടുവാണാലെന്തുണ്ടാകും? നാടു നന്നാകും. തല നന്നായിരുന്നാൽ കാൽവരെ നന്നായിരിക്കും എന്നതു പോലെ. രാജാവിനെ കണ്ടല്ലേ പ്രജകൾ പഠിക്കുക. നാടിനെ സ്നേഹിക്കുന്ന രാജാവിന്റെ നാട്ടിലെ നാട്ടുകാരും നാടിനെ സ്നേഹിക്കുന്നവരായി. നാട്ടിൽ സത്യവും ധർമവും കളിയാടി. നാട്ടിൽ ശാന്തിയും സന്തോഷവും സംതൃപ്തിയും നിറഞ്ഞുനിന്നു. നാട്ടുകാരെല്ലാം സന്തോഷിച്ചു സഹകരിച്ചു ജീവിച്ചു.

അങ്ങനെയുള്ള നാടിന്റെ രാജാവിനൊരു പേരു വേണ്ടേ? വേണം. പറ്റിയ പേരുതന്നെ വേണം. ഇതാ പേര്. സത്യധർമി. എന്താ ഇഷ്ടമായില്ലേ?

ഇനി കഥയുടെ ബാക്കി കേൾക്കുക. ഒരുനാൾ രാജാവിന് ഒന്നു നന്നായി നടക്കണമെന്നു തോന്നി. ഒറ്റയ്ക്കു നടന്നു നാടു കാണണമെന്നു തോന്നി. രാജാവ് കിരീടവും രാജവസ്ത്രങ്ങളും അഴിച്ചുവച്ചു. സാധാരണക്കാരന്റെ വസ്ത്രങ്ങളണിഞ്ഞു. ഒരു സാധാരണക്കാരനെപ്പോലെ നാട്ടിലേക്ക് ഇറങ്ങി. നാട്ടുകാർ നന്നായി ജീവി

ക്കുന്നതു കണ്ടു. രാജാവിനെ സ്തുതിക്കുന്നതും കണ്ടു. നാട്ടിലെ സന്തോഷവും സംതൃപ്തിയും സമൃദ്ധിയും കണ്ടു. അഭിമാനിച്ചു നടന്നു. പിന്നെയും നടന്ന് പൂന്തോട്ടങ്ങൾ കണ്ടുരസിച്ചു. പിന്നെയും നടന്നുനടന്ന് അറിയാതെ അടുത്തുള്ള കാട്ടിലേക്ക് കയറി.

കാടിന്റെ കുളിരും സംഗീതവും രാജാവിനെ അത്യധികം സന്തോഷിപ്പിച്ചു. എത്ര വലിയ മരങ്ങളാണ് എന്റെ രാജ്യത്തെ കാട്ടിലുള്ളത്! എത്ര നല്ല പാട്ടുകാരാണ് എന്റെ കാട്ടിലെ പക്ഷികൾ! അങ്ങനെയൊക്കെ ചിന്തിച്ചു നടന്നുനടന്ന് രാജാവ് തളർന്നു. അദ്ദേഹത്തിന് വലിയ വിശപ്പും തോന്നി. എന്തെങ്കിലും കഴിച്ചേ പറ്റൂ. അങ്ങനെ ചിന്തിച്ചുകൊണ്ട് ചുറ്റും നോക്കിയപ്പോഴുണ്ട് അടുത്തൊരു ആശ്രമം. ചെറിയ ഒരു കുടിൽ. അത്ര ലളിതമായിരുന്നു ആ ആശ്രമം. അതിനു ചുറ്റും നല്ല ഒരു തോട്ടം. തോട്ടം നിറയെ മരങ്ങൾ. ഫലവൃക്ഷങ്ങൾ. മാവുമുതൽ വേപ്പുവരെ. പേര മുതൽ അത്തിവരെ. പലതും കായ്ച്ചുതന്നെ നിന്നിരുന്നു. ഇതിലേതിലെ പഴമാണ് തിന്നാൻ പറ്റുന്നത്? ആശ്രമത്തിന്റെ അധിപനോടു ചോദിച്ചിട്ടല്ലേ തിന്നാൻ പറ്റൂ. അതിനാൽ രാജാവ് ആശ്രമത്തിന്റെ അധിപനായ മഹർഷിയെ ചെന്നു കണ്ടു വന്ദിച്ചു. എന്നിട്ടു പറഞ്ഞു. "സ്വാമിജീ! ഞാനൊരു പാവപ്പെട്ട വഴിയാത്രക്കാരൻ. എനിക്കു വല്ലാതെ വിശക്കുന്നു. എനിക്കു കുറച്ചു പഴങ്ങൾ തിന്നണം. ഞാൻ ഏതു മരത്തിലെ ഫലങ്ങളാണ് തിന്നേണ്ടത്? ഏതാണ് വിഷമുള്ളതും കയ്പുള്ളതും? ഏതൊക്കെയാണ് മധുരമുള്ളതും പോഷകഗുണമുള്ളതും വിഷമില്ലാത്തതും? എനിക്കൊന്നു പറഞ്ഞുതരുമോ?"

അപ്പോൾ മഹർഷി പുഞ്ചിരിച്ചുകൊണ്ടു പറഞ്ഞു: "ഹേ വഴിയാത്രക്കാരാ! നിങ്ങൾ ഈ നാട്ടുകാരനല്ലേ? ഈ നാട് വാഴുന്നത് സത്യധർമിയല്ലേ? മഹാനായ, സത്യധർമങ്ങൾ പാലിക്കുന്ന, അഹംഭാവമേയില്ലാത്ത, നന്മ നിറഞ്ഞ സത്യധർമിയുടെ ഭരണത്തിൽ എല്ലാ വൃക്ഷങ്ങളുടെയും ഫലങ്ങൾക്ക് മധുരമായിരിക്കും. ഈ നാട്ടിൽ എല്ലാ വൃക്ഷവും വിഷഫലമുള്ളതല്ലാതായിരിക്കുന്നു. കയ്പൻ വേപ്പിന്റെ ഇലയും മധുരമുള്ളതായിരിക്കുന്നു. പുളിമരത്തിലും മധുരപ്പുളി പഴുത്തുകിടക്കുന്നു. താങ്കൾക്ക് ഏത് ഇലയും കായും തിന്നാം. ഐശ്വര്യത്തിന്റെ ഈ നാട്ടിൽ അതാണവസ്ഥ."

മഹർഷി പറഞ്ഞതു ശരിയാണോ എന്നറിയാനായി രാജാവ് വേപ്പിന്റെ ഇല പറിച്ചുതിന്നു. ആര്യവേപ്പിന്റെ ഇലകൾക്ക് മുന്തിരിപ്പഴത്തിന്റെ മധുരം! മഹാരാജാവ് കുറച്ചു പുളിയും പറിച്ചുതിന്നു. പുളിക്ക് മധുരമാമ്പഴത്തിന്റെ രുചി. രാജാവ് അതോടെ എല്ലാ ഫല

വൃക്ഷങ്ങളുടെയും കായും ഇലയും പറിച്ചു തിന്നു വിശപ്പടക്കി. മഹർഷിയോടു യാത്ര ചോദിച്ചിട്ടു തിരിച്ചുനടന്നു.

അങ്ങനെ നടക്കുമ്പോൾ ആ രാജാവിന്റെ മനസിൽ ആദ്യമായി അഹന്ത നിറഞ്ഞു. ഹൊ ഞാൻ ശരിക്കും ഒരു വലിയ രാജാവല്ലേ! എന്റെ ഭരണത്തിൽ വേപ്പിലയും മധുരിക്കുന്നു! എന്നെ തോൽപ്പിക്കാനൊരു രാജാവ് ഇനി ജനിക്കണം! ഹഹഹഹ! രാജാവ് അഹന്തയുടെ ലഹരിയായി. അങ്ങനെ അഹംഭാവിയായി കൊട്ടാരത്തിലെത്തി. ഗമയിൽ കിരീടമെടുത്തണിഞ്ഞു. രാജവസ്ത്രങ്ങളിട്ടു. അഹംഭാവത്തോടെ കൊട്ടാരത്തിലൂടെ നടന്നു. ആരേയും കണ്ട ഭാവം വയ്ക്കാതെ ചുറ്റിനടന്നു. പിന്നെ സ്വന്തം മുറിയിൽ കയറി. രാജ്യകാര്യങ്ങളൊന്നും ശ്രദ്ധിക്കാതെ വെറുതെ കിടന്നു. അപ്പോൾ രാജാവിന് ആദ്യമായി ഒന്നു മദ്യം കഴിക്കാനും തോന്നി. മദ്യം കഴിച്ച് ലഹരിയിൽ ലയിക്കാനൊരു മോഹം. അദ്ദേഹം കുറെ മദ്യവും കഴിച്ച് ലഹരിയിൽ കിടന്നുറങ്ങി.

അന്നുമുതൽ രാജാവ് രാജ്യകാര്യങ്ങളിൽ അശ്രദ്ധനായി. താഴെയുള്ളവരോട് സ്നേഹമായി പെരുമാറാതായി. രാജ്യഭരണം കുത്തഴിഞ്ഞു. രാജ്യത്ത് സമാധാനമില്ലാതായി. പൊലീസുകാർ കൈക്കൂലിക്കാരായി. കലവറക്കാർ കക്കുന്നവരായി. ജനങ്ങൾ അസംതൃപ്തരായി. രാജ്യം ക്ഷയിച്ചു.

അങ്ങനെ കുറെനാൾ കഴിഞ്ഞു. ഒരു ദിവസം രാജാവ് വീണ്ടും വേഷംമാറി. കാട്ടിലേക്കു നടക്കാൻ പോയി. പഴയ ആശ്രമത്തിൽ ഒന്നു കയറുകയായിരുന്നു ലക്ഷ്യം. പഴയ മഹർഷിയെ കാണണം. അദ്ദേഹത്തിന്റെ സ്തുതിവചനങ്ങൾകേട്ട് സന്തോഷിക്കണം. അതിനായി അദ്ദേഹം ആശ്രമത്തിലെത്തി. മഹർഷിയെ കണ്ടു വന്ദിച്ചു. എന്നിട്ട് പഴയതുപോലെ ചോദിച്ചു:

"ആചാര്യാ കാട്ടിലെ കാര്യങ്ങളൊക്കെ എങ്ങനെയുണ്ട്? അങ്ങയുടെ തോട്ടത്തിലെ ഫലവൃക്ഷങ്ങളൊക്കെ കായ്ച്ചു കിടക്കുകയല്ലേ. എനിക്കു വിശക്കുന്നു. ഞാൻ ഏതൊക്കെ പറിച്ചുതിന്നണം?"

മഹർഷിയുടെ മുഖത്ത് ദേഷ്യം. അസംതൃപ്തി. ദുഃഖം. അദ്ദേഹം അസ്വസ്ഥനായിരുന്നു. അദ്ദേഹം തല ഉയർത്തിപ്പറഞ്ഞു: "എന്തു പറയാനാണ്! എല്ലാം കുളമായി! നാട് മുടിയാൻ പോകുന്നു. ആ സത്യധർമി സത്യധർമിയല്ലാതായി. വെറും കുടിയനായി അധഃപതിച്ചിരിക്കുന്നു. അയാളുടെ തലയിൽ അഹംഭാവം കയറിക്കൂടി. അയാൾക്ക് വിനയമില്ലാതായി. അതോടെ ഭരണം താളംതെറ്റി. രാജാവിന് ധർമബോധമില്ലാതായാൽ ജനങ്ങൾക്കും ധർമബോധമില്ലാതാകും. ജനങ്ങൾ കള്ളന്മാരായി. നാടു മുടിഞ്ഞു. വൃക്ഷങ്ങൾ

പോലും അതനുസരിച്ചുമാറി. വേപ്പിനു കയ്പ്പായി. പുളിക്കു പുളി കൂടി. മാങ്ങാപോലും തിന്നാൻ പറ്റാത്തതായി. ഫലങ്ങളിൽ പുഴുക്കളായി. ഈ നാടു മുടിയാൻ പോകുന്നു. പ്രജകൾ നാടു വിട്ടുതുടങ്ങി.”

എല്ലാം കേട്ട രാജാവ് നടുങ്ങി. തന്റെ അഹംഭാവംകൊണ്ട് ഒരുനാടു മുടിയുന്നു! താനും അതോടെ നശിക്കും. ഇല്ല. ഇതുണ്ടാകരുത്. ഉണ്ടാകാൻ താൻ അനുവദിക്കുകയില്ല. പഴയ സത്യധർമിയായി താൻ മാറും. ഈ മഹർഷി തന്റെ കണ്ണു തുറപ്പിച്ചിരിക്കുന്നു. ദൈവത്തിനു നന്ദി. രാജാവ് ഇങ്ങനെയൊക്കെ ചിന്തിച്ചുകൊണ്ട്, കണ്ണീർ പൊഴിച്ചു. മഹർഷിയുടെ കാൽക്കീഴിൽ വീണു കാലിൽ പിടിച്ചുകൊണ്ടു പറഞ്ഞു: “മഹർഷേ! ഞാനാണ് ആ പാപിയായ രാജാവ്. സത്യവും ധർമവും മറന്ന സത്യധർമി! എനിക്ക് അഹങ്കാരമായതാണ് കുഴപ്പമായത്. ഇപ്പോൾ ഞാൻ എന്റെ തെറ്റ് മനസിലാക്കിയിരിക്കുന്നു. ഇനി ഞാൻ എന്റെ ധർമം ശരിയായി നിർവഹിക്കും. ശരിയായി രാജ്യം ഭരിക്കും. ഞാൻ ഇതാ സത്യം ചെയ്യുന്നു. അങ്ങ് എന്നെ അനുഗ്രഹിക്കുക.”

മഹർഷി മഹാരാജാവിനെ അനുഗ്രഹിച്ച് ഭക്ഷണം നൽകി യാത്രയാക്കി. അന്നുമുതൽ രാജാവ് പഴയ രാജാവായി. ഭരണം ശരിയായി നടത്താൻ തുടങ്ങി. അതോടെ രാജ്യവും മാറി. രാജ്യം പഴയതുപോലെ ഐശ്വര്യം നിറഞ്ഞ സ്വർഗമായി. സത്യവും ധർമവും നിറഞ്ഞ രാജ്യമായി. ജനങ്ങൾ സന്തോഷത്തോടെ സമാധാനത്തോടെ സംതൃപ്തിയോടെ ജീവിക്കുന്ന സ്വർഗരാജ്യം.

# 11

## നോഹയുടെ പെട്ടകം

ഇതു പണ്ടുപണ്ടു നടന്ന കഥയാണ്. ഒരു മഹാപ്രളയത്തിന്റെ കഥയുമാണ്. ആദിയിൽ ദൈവം ആകാശവും ഭൂമിയും സൃഷ്ടിച്ചല്ലോ. കരയും കടലുമുണ്ടാക്കിയല്ലോ.

ഭൂമിയിൽ അനേകതരം ജന്തുക്കളേയും സൃഷ്ടിച്ചല്ലോ.

അവസാനം ദൈവം തന്റെ തന്നെ രൂപത്തിൽ മനുഷ്യനെയും സൃഷ്ടിച്ചു.

കാലം കുറെ കടന്നുപോയി.

അപ്പോൾ ലോകത്ത് ചീത്ത മനുഷ്യർ കൂടി. സ്വാർഥതാൽപ്പര്യക്കാർ, ദുഷ്ടന്മാർ, കള്ളന്മാർ, അങ്ങനെയങ്ങനെ ദുഷിച്ച മനുഷ്യർ. ഇവരെ ഞാൻ ശിക്ഷിക്കും. നശിപ്പിക്കും. ദൈവം നിശ്ചയിച്ചു. എന്നാൽ അവർക്കിടയിലൊരു നല്ലവനുണ്ട്. കരുണയും കരുതലുമുള്ളവൻ. ദൈവത്തിൽ വിശ്വാസമുള്ളവൻ. വിനയമുള്ളവൻ. അഹങ്കാരമില്ലാത്തവൻ. അവനായിരുന്നു നോഹ. ദൈവം നോഹയ്ക്കു മുന്നിൽ പ്രത്യക്ഷപ്പെട്ടു. ലോകത്തെ ദുഷ്ടന്മാരിൽനിന്നും രക്ഷിക്കാൻ പോകുന്ന കാര്യം പറഞ്ഞു.

നോഹയെയും കുടുംബത്തെയും രക്ഷിക്കുമെന്നും വാക്കു കൊടുത്തു:

"നോഹാ ഞാൻ ഒരു വലിയ പ്രളയം സൃഷ്ടിക്കും. ലോകത്തെ വെള്ളത്തിൽ മുക്കും. എല്ലാ ദുഷ്ടന്മാരെയും കൊല്ലും. എല്ലാ ജീവികളെയും കൊല്ലും. അതിനു മുൻപ് നീയൊരു വലിയ പെട്ടകമുണ്ടാക്കണം. വലിയ തടികൾ വെട്ടിയെടുക്കുക. മല മുകളിലൊരു

പെട്ടകം ഉണ്ടാക്കുക. അതിനുള്ളിൽ ധാരാളം സ്ഥലം വേണം. ലോകത്തെ സകല ജീവികളുടെയും ഒരു ജോടി അതിലുണ്ടാകണം. പ്രളയം കഴിഞ്ഞ് അതാത് ജാതി പെറ്റുപെരുകേണ്ടേ. അവയ്ക്കൊക്കെ വേണ്ട തീറ്റ കരുതണം. നീയും നിന്റെ കുടുംബാംഗങ്ങളും അതിൽ കയറണം. നിങ്ങൾക്കുള്ള തീറ്റയും കരുതണം. എല്ലാം വേഗം വേണം. ദൈവം അങ്ങനെ ആജ്ഞാപിച്ചു.

നോഹ ചോദ്യം ചെയ്യാതെ അനുസരിക്കുന്നവനായിരുന്നു. മഴക്കാലമേയല്ലായിരുന്നു. പ്രളയത്തിന്റെ ലക്ഷണമേയില്ലായിരുന്നു. പക്ഷേ, നോഹ ദൈവവചനത്തിൽ വിശ്വസിച്ചു. തന്റെ കുടുംബാംഗങ്ങളെ വിളിച്ചുകൂട്ടി "ദൈവത്തിന്റെ അരുളപ്പാട് തെറ്റില്ല. വിശ്വസിക്കുക. അനുസരിക്കുക. ഉടൻ പണി തുടങ്ങുക" നോഹ പറഞ്ഞു.

നോഹയുടെ കുടുംബാംഗങ്ങളും വിശ്വാസികളായിരുന്നു. അനുസരണയുള്ളവരായിരുന്നു. അവർ വലിയ മരങ്ങൾ വെട്ടി. ലോകം അന്നുവരെ കാണാത്തത്ര വലിയ പെട്ടകമുണ്ടാക്കി. മലമുകളിൽ മലപോലൊരു പെട്ടകം. ഒരു കപ്പൽതന്നെ.

അതിൽ ഗോതമ്പും ചോളവും മറ്റു ധാന്യങ്ങളും ശേഖരിച്ചു. പഴങ്ങളും പച്ചക്കറികളും കായ്കളും ശേഖരിച്ചു. ഇറച്ചിയും മുട്ടയും മീനുമൊക്കെ ശേഖരിച്ചു. വൈക്കോലും പുല്ലുംവരെ ശേഖരിച്ചു. വസ്ത്രങ്ങളും വേണ്ടത്ര എടുത്തുവച്ചു. തണുപ്പിൽനിന്നു രക്ഷയ്ക്കുള്ള കമ്പിളികളും എടുത്തുവച്ചു. അപ്പോൾ ദൈവം എല്ലാ ജീവജാതികളിൽനിന്നും ഓരോരോ ജോടിയെ തെരഞ്ഞെടുത്തുവിട്ടു. ഒരു ആൺതാറാവും ഒരു പെൺതാറാവും. ഒരു ആൺ ജിറാഫും പെൺ ജിറാഫും. ഒരു പെൺകുതിരയും ഒരു ആൺകുതിരയും. ഒരു പെണ്ണാനയും ഒരു ആണാനയും. അങ്ങനെയങ്ങനെ ഒരു ജോടി കുരങ്ങും കഴുതയും അണ്ണാനും ആടും മാടും. അങ്ങനെയങ്ങനെ ഓരോ ജോടി ജന്തുക്കൾ. അവർ ശാന്തരായി അനുസരണയോടെ പെട്ടകത്തിൽ കയറി. പുലിയും സിംഹവും ചെന്നായയും കുറുക്കനും പോലും മര്യാദക്കാരായി വരിവരിയായി നിന്നു പെട്ടകത്തിൽ കയറി. പിന്നീട് നോഹയുടെ കുടുംബാംഗങ്ങൾ കയറി.

അവസാനം നോഹയും കയറി. അപ്പോൾ ദൈവം പെട്ടകത്തിന്റെ വാതിലടച്ചു.

നോഹ പെട്ടകമുണ്ടാക്കുന്നതുകണ്ട് മറ്റുള്ളവർ ചിരിച്ചു. കടലിനും കായലിനുമകലെ മലമുകളിൽ ബോട്ടു പണിയുന്നു! എന്തൊരു ഭ്രാന്ത് എന്ന് അവർ പറഞ്ഞു. പെട്ടകത്തിൽ ആഹാരം ശേഖരിച്ചുവച്ചതും ജന്തുക്കളെ കയറ്റിയതും പിന്നെ നോഹയുടെ കുടുംബാംഗങ്ങളും കയറുന്നതും കണ്ടു മറ്റുള്ളവർ പരിഹസിച്ചു. അവർ അവിശ്വാസികളായിരുന്നല്ലോ.

പെട്ടകത്തിന്റെ വാതിലടഞ്ഞതും ദൈവം അപ്രത്യക്ഷമായതും മഴ തുടങ്ങിയതും ഒപ്പമായിരുന്നു. ആദ്യം ഒരു തുള്ളി വെള്ളം പെട്ടകത്തിന്മേൽ വീണു. പിന്നെ ചുറ്റും വീണു. ഒരു തുള്ളി; ചെറുതുള്ളി. പല തുള്ളികൾ; പെരുന്തുള്ളികൾ. പിന്നെ തുള്ളിക്കൊരു കുടം മഴ.

മഴ മഴ മഴ പെരുമഴ.
ആകാശം ഇരുണ്ടു.
ഇടിവെട്ടി. മിന്നൽ മിന്നി.
ലോകം വിറച്ചു.
കൊടുങ്കാറ്റടിച്ചു.
ആർത്തലച്ചു മഴ വീണു.
നിർത്താതെ മഴ പെയ്തു.
രാപ്പകൽ പെരുമഴ.
കാർമേഘങ്ങൾ മലപോലെ മണ്ണിലേക്ക് വീണു.
മലപോലെ വെള്ളം നിലത്തു കുത്തിവീണു.
വെള്ളം കരയിൽ നിറഞ്ഞു.
വെള്ളം പൊങ്ങി.
കര കടലായി.
മലമുകൾവരെ വെള്ളത്തിലായി.
അപ്പോൾ നോഹയുടെ പെട്ടകം ഇളകി.
വെള്ളത്തിൽ പൊങ്ങിക്കിടന്നു.
ഒഴുകി നടന്നു.
കൊടുങ്കാറ്റ് അലറി ചുറ്റിവീശി.
കടലിളകി.
വെള്ളം കറങ്ങി ചുഴലിയും മലരിയുമുണ്ടാക്കി.
തിരമാലകൾ കരയിലൂടെ അടിച്ചുകയറി.
എന്നാൽ നോഹയുടെ പെട്ടകത്തിൽ അത് തൊട്ടതേയില്ല.
പെട്ടകം ഒഴുകി നടന്നിടം മാത്രം ശാന്തമായി നിന്നു.

ഭൂമിയിലെ സകലമാന മലയും പർവതങ്ങളും വെള്ളത്തിനടിയിലായി. കരയിൽ കഴിഞ്ഞവരെല്ലാം മുങ്ങിച്ചത്തു. മനുഷ്യരും മൃഗങ്ങളുമൊക്കെ ചത്തുമലർന്നു.

അങ്ങനെ നാൽപ്പതു പകലും നാൽപ്പതു രാത്രിയും. തോരാതെ ഇടതടവില്ലാതെ ഉഗ്രമായി മഴപെയ്തു.

നോഹയുടെ പെട്ടകത്തിലെ ജന്തുക്കൾ മഴകണ്ട് പേടിച്ചു. ഇടികണ്ട് വിറച്ചു. കൊടുങ്കാറ്റ് കണ്ട് ഭയന്നു. പുലിപോലും എലിപോലെയായി. എല്ലാവരും ശാന്തരായി ഭയപ്പെട്ടിരുന്നു. എന്നാൽ നോഹ

പേടിച്ചില്ല. ദൈവം തങ്ങളെ കാത്തുരക്ഷിക്കും. അവൻ വിശ്വസിച്ചു. കുടുംബാംഗങ്ങളെ മുഴുവൻ അവൻ ജോലിക്കിട്ടു. എല്ലാ മൃഗങ്ങളേയും പരിചരിക്കാൻ പണികൊടുത്തു. അവ തീറ്റ തിന്നു ജീവൻ നിലനിർത്തി ജീവിച്ചു.

നാൽപ്പതു ദിനരാത്രങ്ങൾ കഴിഞ്ഞു. ദൈവത്തിന്റെ കോപം ശമിച്ചു. ദൈവം ശാന്തനായി. അപ്പോൾ മഴ നിന്നു. ആകാശം തെളിഞ്ഞു. വെയിൽ തെളിഞ്ഞു. വെള്ളം ഇറങ്ങാൻ തുടങ്ങി. നാൽപ്പതു രാപ്പകലുകൾ കഴിഞ്ഞതല്ലേ. അതും ഒരു പെട്ടകത്തിലടച്ച്!

മൃഗങ്ങൾ മടുത്തു. അസ്വസ്ഥരായി. നോഹയുടെ കുടുംബാംഗങ്ങൾപോലും ഭയപ്പെട്ടു. ദൈവം നമ്മുടെ കാര്യം മറന്നിരിക്കുമോ?

പക്ഷേ, നോഹ സംശയിച്ചതേയില്ല.

അവന്റെ വിശ്വാസം പാറപോലെ ഉറച്ചതായിരുന്നു. ദൈവം വാക്കുപാലിക്കും. നിങ്ങൾ പ്രാർഥിക്കുവിൻ. കാത്തിരിക്കുവിൻ. അങ്ങനെ അവൻ അവരെ ആശ്വസിപ്പിച്ചു. വെള്ളം പിന്നെയും താഴ്ന്നു. കര തെളിഞ്ഞിരിക്കുമോ? അതറിയാൻ നോഹ മലങ്കാക്കയെ പുറത്തേക്കു പറത്തി. അത് അകലെവരെ പറന്നുനോക്കി. ഇല്ല. എങ്ങും കര കാണുന്നില്ല. അത് തിരിച്ചു പറന്നു പെട്ടകത്തിൽ കയറി. നോഹ ക്ഷമയോടെ പ്രാർഥനയോടെ കാത്തിരുന്നു. വെള്ളം പിന്നെയുമിറങ്ങി. അപ്പോൾ നോഹ ഒരു പ്രാവിനെ പുറത്തേക്കു പറത്തി. അത് കുറേനേരം കഴിഞ്ഞ് തിരിച്ചുവന്നു.

ചുണ്ടിലൊരു ഒലീവിലയും കൊത്തിപ്പിടിച്ചുവന്നു. ദൈവത്തിനു നന്ദി.

മരങ്ങളുടെ മുകൾഭാഗം വെള്ളത്തിനു മുകളിലായി. നോഹ കാത്തിരുന്നു. വെള്ളം വീണ്ടുമിറങ്ങി. ഒരാഴ്ച കഴിഞ്ഞ് വീണ്ടും പ്രാവിനെ പുറത്തേക്കു പറത്തി. അത് തിരിച്ചുവന്നില്ല.

ദൈവമേ കര തെളിഞ്ഞതായി അടിയൻ അറിയുന്നു. നോഹ പ്രാർഥിച്ചു.

ദൈവം പ്രാർഥന കേട്ടു.

നോഹ പെട്ടകവാതിൽ തുറക്ക്. പുറത്തുവരിക. ദൈവം കൽപ്പിച്ചു.

നോഹ അനുസരിച്ചു. പെട്ടകവാതിൽ തുറന്നു. പകൽവെളിച്ചം പെട്ടകത്തിൽ നിറഞ്ഞു. പുത്തൻ വായു പെട്ടകത്തിലേക്കു കയറിയിറങ്ങി. പെട്ടകത്തിലെ തണുപ്പ് ഓടിയൊളിച്ചു. മൃഗങ്ങൾക്കു സന്തോഷമായി. അവ വരിവരിയായി താഴെയിറങ്ങി. അവരവരുടെ താവളത്തിലേക്ക് മാറി. സിംഹങ്ങളും പുലികളും ചെന്നായ്ക്കളും കാടുകേറി. കുരങ്ങുകൾ മരം കയറി. അങ്ങനെയങ്ങനെ ഓരോ

ജോടിയും ഓടിപ്പോയി. എന്നാൽ ഇണക്കമുള്ള മൃഗങ്ങൾ എങ്ങും പോയില്ല. അവ നോഹയുടെ കുടുംബത്തോടൊപ്പം കൂടി. നോഹയും കുടുംബവും കരയ്ക്കിറങ്ങി. മുട്ടുകുത്തി പ്രാർഥിച്ചു. ദൈവത്തോടു നന്ദി പറഞ്ഞു.

നന്ദിയുടെ സ്മാരകമായി അവർ ഭൂമിയിൽ ഒരു അൾത്താര പണിതു. അവിടെ പ്രാർഥിച്ചു. ദൈവത്തിന് അപ്പോൾ സന്തോഷമായി. ദൈവം അപ്പോൾ ആദ്യമായി ആകാശത്ത് മഴവില്ലുണ്ടാക്കി. ലോകർക്കു കാണാൻ വച്ചു. നോഹയെ അനുഗ്രഹിച്ചു.

ഇനിയൊരിക്കലും ഞാനിങ്ങനെയൊരു പ്രളയമുണ്ടാക്കില്ല. നിങ്ങൾ സമാധാനത്തോടെ ജീവിച്ചുകൊള്ളുക. മഴവില്ല് കാണുമ്പോൾ എന്റെ ഈ വാഗ്ദാനം ഓർക്കുവിൻ. ദൈവം അങ്ങനെ അരുളിച്ചെയ്തു. നോഹയും കുടുംബവും സന്തോഷിച്ചു. സംതൃപ്തിയോടെ ജീവിച്ചു.

# 12

# എലിപുരാണം

ഇതൊരു എലിക്കഥയാണ്. ഒരു നാട്ടിൽ എലികൾ പെരുകിയ കഥ. അവിടമൊരു ചെറിയ പട്ടണവുമായിരുന്നു. പഴയ പട്ടണമായിരുന്നതിനാൽ വഴികൾ ഇടുങ്ങിയതായിരുന്നു. വഴികൾക്കിരുവശവും മരങ്ങൾ കൊണ്ടുണ്ടാക്കിയ വീടുകൾ. വഴികൾക്കരികിൽ ഓടകൾ. ഓടകൾക്കു മുകളിൽ സ്ലാബുകൾ. അങ്ങനെ തലങ്ങും വിലങ്ങും വഴികളും വീടുകളും ഗോഡൗണുകളും കടകളും. ആകെ തിരക്ക്. എന്നുവച്ച് അതൊരു മോശം സ്ഥലമായിരുന്നില്ല. നാട്ടുകാർ വൃത്തിയുള്ളവരായിരുന്നു. പട്ടണവും വൃത്തിയുള്ളതായിരുന്നു. അവർക്ക് കൃഷിത്തോട്ടങ്ങളുണ്ടായിരുന്നു. കൃഷി എപ്പോഴും മെച്ചമായിരുന്നു. വിളവു നല്ലതായിരുന്നു. അതിനാൽ എല്ലാവരും സന്തോഷത്തോടെ ജീവിച്ചു. ആഴ്ചയുടെ അവസാനനാളുകളിൽ പാട്ടും നൃത്തവുമൊക്കെ പൊടിപൊടിച്ചു നടത്തി അവർ ജീവിതം ആഘോഷിച്ചുകഴിഞ്ഞു.

അങ്ങനെ അനേകനാളുകൾ കഴിഞ്ഞപ്പോഴായിരുന്നു അവിടെ ഏതാനും എലികൾ എത്തിയത്. എങ്ങുനിന്നോ കൃഷിയിടങ്ങളിലെത്തി, അവിടെ പെരുകി. പിന്നെ ആ കൊച്ചുപട്ടണത്തിലേക്ക് എലികൾ കുടിയേറി. ആരാവാരങ്ങളില്ലാതെ, ആരോരുമറിയാതെ ആദ്യം കുറെ എലികളെത്തി. തടിവീടുകളുടെ ഇടകൾ. ഓടകൾ. നിലവറകൾ. ഗോഡൗണുകൾ. കടകളുടെ ഇടകൾ. തട്ടിൻപുറങ്ങൾ. എത്രയെത്ര ഒളിത്താവളങ്ങൾ. എലികൾക്ക് സന്തോഷമായി. അവ

ആരുമറിയാതെ അവിടെയൊക്കെ താമസമാക്കി. അവർ പെറ്റു പെരുകി. പെരുകിപ്പെരുകി, പിന്നെയും പെരുകി. എലിയമ്മമാർ സ സന്തോഷം പെറ്റുപെരുകിക്കൊണ്ടിരുന്നു. പട്ടണവാസികൾ ആദ്യ മൊന്നും അതറിഞ്ഞില്ല. പിന്നെ അറിഞ്ഞു. അറിഞ്ഞിട്ടും അവഗ ണിച്ചു. അറിഞ്ഞിട്ടും അറിഞ്ഞിട്ടില്ലെന്നു നടിച്ചു. പിന്നെ എലികൾ എല്ലായിടവും കൈയടക്കിത്തുടങ്ങി. മുറികളിൽ ഓടിനടക്കാൻ തുടങ്ങി. അടുക്കള കൈയേറിത്തുടങ്ങി. എവിടെയും എപ്പോഴും കയറിയിറങ്ങിത്തുടങ്ങി. ഏതു ആഹാരവും മോഷ്ടിച്ചുതുടങ്ങി.

നാളുകൾ പലതു കഴിഞ്ഞു. അതോടെ ആ പട്ടണം എലിനഗ രമായി. എലികൾ മനുഷ്യരിലേറെയായി. എലിക്കാഷ്ഠം കിടക്കയിൽ വരെയായി. എലികൾ കുഞ്ഞുങ്ങളെവരെ കടിക്കാൻ തുടങ്ങി. എലി കൾ പൂച്ചകളെ ആക്രമിക്കുന്ന അവസ്ഥ വന്നു. പൂച്ചകൾ എലിക ളെക്കണ്ടാൽ ഓടിയൊളിച്ചുതുടങ്ങി.

അതോടെ ആ പട്ടണത്തിലെ ജീവിതം നരകമായി. എങ്ങനെ എലികളെ പിടിക്കാം? അതായി പട്ടണവാസികളുടെ ഗവേഷണവി ഷയം. അവർ എലിക്കെണിവച്ചു. വീറുള്ള പൂച്ചകളെ കൊണ്ടുവന്നു വിട്ടു. എലിവിഷം എല്ലായിടവും വച്ചു. എല്ലാം വിഫലമായി. എല്ലാ വിദ്യകളും പ്രയോഗിച്ചിട്ടും എലികൾ പെരുകി. എലിശല്യം കൂടി. എലികൾ ജീവിതം നരകമാക്കി.

അതോടെ ജനങ്ങൾ ഇളകി. അവർ കൂട്ടം ചേർന്നു. മേയറുടെ വീടു വളഞ്ഞു. മേയർ പുറത്തിറങ്ങി നിന്നു. അവർ കൂവി "ഈ പട്ടണം ഭരിക്കുന്നത് ആരാണ്?" അവർ ചോദിച്ചു.

"ഞാൻ" മേയർ പറഞ്ഞു.

"നിങ്ങളല്ല. എലികൾ. നിങ്ങളുടെ കിടക്കയിൽവരെ എലിക്കാ ഷ്ഠമല്ലേ? നിങ്ങളുടെ കൊച്ചുമകളെവരെ എലി കടിച്ചില്ലേ? നിങ്ങൾ ക്കു മേയറായിട്ടിരിക്കാൻ നാണമില്ലേ? ഒന്നുകിൽ നിങ്ങൾ അല്ലെ ങ്കിൽ എലികൾ. രണ്ടുപേരും കൂടി ഈ പട്ടണം ഭരിക്കേണ്ട. മനസി ലായോ?" അവർ പൊട്ടിത്തെറിച്ചു.

മേയർ വിരണ്ടു. ഞാൻ പരിഹാരമുണ്ടാക്കാം. തീർച്ച, തീർച്ച. അദ്ദേഹം ജനങ്ങളുടെ കാലുപിടിച്ചു. അവരെ പിരിച്ചയച്ചു. എന്നിട്ട് ഒരു പ്രഖ്യാപനം നടത്തി.

"ഇന്നേക്കു പത്തു ദിവസത്തിനകം ഈ പട്ടണത്തിലെ എലി കളെ മുഴുവൻ വകവരുത്തുന്നവർക്ക് ഞാൻ ഈ പട്ടണവാസികൾ

നൽകുന്ന പ്രതിഫലമായി നൂറു സ്വർണ്ണനാണയങ്ങൾ നൽകുന്നതാണ്."

മേയറുടെ വിജ്ഞാപനം പട്ടണത്തിലും പുറത്തും കൊട്ടിഘോഷിച്ചറിയിച്ചു. നൂറു സ്വർണ്ണനാണയങ്ങളല്ലേ പ്രതിഫലം? വലിയ തുക. അതിനാൽ എലിപിടുത്തത്തിനു പലരെത്തി. എലിപിടുത്തം തൊഴിലാക്കിയവർ, എലിയെ തിന്നുന്നവർ, പട്ടാളക്കാർ, വെടിവെയ്പ് വിദഗ്ധർ, എലിക്കെണി നിർമാണ വിദഗ്ധർ, എലിവിഷവിദഗ്ധർ, മന്ത്രവാദികൾ, മായാജാലക്കാർ, ശാസ്ത്രജ്ഞന്മാർ... അങ്ങനെ പലപല തൊഴിലുകാർ. എല്ലാവരും വന്നു. പഠിച്ച പണികൾ പതിനെട്ടും പയറ്റിനോക്കി. പഠിക്കാത്ത പണികൾവരെ പയറ്റി. തോറ്റു തൊപ്പിയുമിട്ട് മടങ്ങി. ചിലർ മടങ്ങിയത് എലികളുടെ കടിയുടെയും കാഷ്ഠത്തിന്റെയും രുചിയറിഞ്ഞുമായിരുന്നു. അവരൊന്നും ഇനിയെങ്ങും എലികളെ വകവരുത്താൻ പോവുകപോലുമില്ലെന്നു സത്യം ചെയ്തായിരുന്നു മടങ്ങിയത്. ആ എലി നഗരത്തിലേക്ക് ഇനി തിരിഞ്ഞുപോലും നോക്കുകയില്ല എന്നു മേയറോടു തന്നെ തെളിച്ചുപറഞ്ഞിട്ടാണവർ പോയതും.

അതോടെ മേയറും നിരാശനായി. ഇനി മേയറായിരുന്നാൽ നാട്ടുകാരുടെ തല്ലു വാങ്ങും എന്ന് അദ്ദേഹത്തിന് തീർച്ചയായി. ഇനിയെന്തു ചെയ്യും? ചെയ്യണം, മേയറുടെ കുപ്പായം ഊരിയാലോ? അങ്ങനെയൊക്കെ ചിന്തിച്ച് എരിപൊരികൊണ്ട് ഒരു ദിനം രാവിലെ അദ്ദേഹം വീടിന്റെ മുന്നിലൂടെ നടക്കുകയായിരുന്നു. അപ്പോൾ അവിടെ അദ്ദേഹത്തിനു മുന്നിൽ ഒരാൾ പ്രത്യക്ഷപ്പെട്ടു.

കണ്ടാലൊരു തെണ്ടി. അല്ലെങ്കിലൊരു വട്ടൻ. പഴകിയ കാലുറ. കീറിപ്പറിഞ്ഞ വികൃതമായ മേലങ്കി. അതിലില്ലാത്ത നിറങ്ങളുമില്ലായിരുന്നു. നീണ്ടുവളഞ്ഞ വികൃതമായ തൊപ്പി. തൊപ്പിയിൽ ഏതോ പക്ഷിയുടെ നീളൻ തൂവൽ. കൈയിലോ ഒരു നീളൻ കുഴൽ. നാദസ്വരം പോലൊരു പീപ്പി. അയാൾ മേയറുടെ മുന്നിലെത്തിയപ്പോൾ തന്നെ മേയർക്കു ചൊറിഞ്ഞുവന്നു. അദ്ദേഹം ദേഷ്യപ്പെട്ടു പറഞ്ഞു:

"ഹേയ് മിസ്റ്റർ വേഗം സ്ഥലം കാലിയാക്ക്. ഇവിടെ കാലം കലികാലമാണ്. തല തിരിഞ്ഞകാലം. മനുഷ്യർ എലികളെ പേടിക്കുന്ന കാലം. എലികൾ മേയറുടെ ഉടുപ്പൂരിക്കുന്ന കാലം. അക്കാലത്ത് കുഴലൂത്തുകാരെ സഹിക്കാനൊന്നും നാട്ടുകാർ തയാറാവുകയില്ല. എന്റെ ഒരു സഹായവും പ്രതീക്ഷിക്കേണ്ട. വേഗം പോ പോ..."

എന്നാൽ അയാൾ അനങ്ങാതെ നിന്നു. ചെറുതായൊന്നു പുഞ്ചിരിച്ചു. എന്നിട്ടു പറഞ്ഞു: "നിങ്ങൾക്കു വേണ്ടത് എന്നെയാണ് മിസ്റ്റർ മേയർ. ഞാൻ ഇന്നുതന്നെ ഇവിടുത്തെ മുഴുവൻ എലികളേയും ഒഴിവാക്കാം."

മേയർക്കു വിശ്വാസം വന്നില്ല. ഈ ഭ്രാന്തന് അതിനു കഴിയുകയില്ല. തീർച്ച. എന്നാലും ശല്യം ഒഴിവാക്കിയേക്കാം. അതിനാൽ അദ്ദേഹം പറഞ്ഞു: "ശരി ശരി. എലികളെ ഒഴിവാക്കിയിട്ടു വന്നാൽ നൂറു സ്വർണ്ണനാണയങ്ങൾ നിങ്ങളുടേതായിരിക്കും. ഇനി പോകാം."

കുഴലൂത്തുകാരൻ ഒന്നും മിണ്ടാതെ നടന്നുപോയി. അയാൾ പട്ടണത്തിന്റെ അതിർത്തിയിലൊരിടത്തു പോയിനിന്നു. പിന്നെ കുഴലെടുത്ത് ചുണ്ടോടു ചേർത്തുപിടിച്ച് ഊതാൻ തുടങ്ങി.

കുഴലിൽനിന്നും ഒരു സംഗീതം പുഴയൊഴുകുംപോലെ പുറത്തേക്ക് ഒഴുകി, ചുറ്റും പരന്നു. ശരിക്കും ഒരു മാസ്മരരാഗം. മാസ്മരസംഗീതധാര. ആരേയും മയക്കുന്ന, അസാധാരണമായ ഒരു രാഗം. അത് ഒഴുകിയൊഴുകി പട്ടണത്തിലെങ്ങും പരന്നു. കേട്ടവർ കേട്ടവർ വീണ്ടും കേൾക്കാനായി ചെവിയോർത്തു. എല്ലാവരും എല്ലാ പണികളും നിർത്തി ആ സംഗീതത്തിൽ ലയിച്ചുനിന്നു. പെട്ടെന്ന് പട്ടണത്തിലെങ്ങുംനിന്ന് നേർത്ത ശബ്ദങ്ങൾ പൊങ്ങി. എലികളുടെ കാലുകൾ പതിയുന്ന ശബ്ദം. എലികൾ ഓടുന്ന ശബ്ദം. ഓടകളിലും വീടുകളിലും അറകളിലും കുഴലുകളിലുമൊക്കെനിന്ന് എലികൾ പുറത്തുചാടി, ഓടി. കുഴലൂത്തുകാരന്റെ പിന്നിലെത്തി, അയാളുടെ ഊത്തിന്റെ താളത്തിനു തുള്ളി.

കുഴലൂത്തുകാരൻ അതൊന്നും ശ്രദ്ധിച്ചതേയില്ല. അയാൾ ഊതിയൂതി, ഗന്ധർവസംഗീതധാര ചുറ്റും ഒഴുക്കി സാവധാനം പട്ടണത്തിലൂടെ നടന്നു. എലികൾ പുറകേയും നടന്നു. നടന്നുനടന്ന് പട്ടണം കടന്നു. പിന്നെ അടുത്തുള്ള പുഴയുടെ കരയിലെത്തി. അതിവേഗം ഒഴുകുന്ന അഗാധമായ പുഴ. ആനയിറങ്ങിയാലും മുങ്ങിപ്പോകുന്ന പുഴ. ആ പുഴയുടെ കരയിൽനിന്നും വെള്ളത്തിലേക്ക് കുഴലൂത്തുകാരൻ ഇറങ്ങി. മുട്ടിനുമുകളിൽ വെള്ളത്തിൽനിന്ന് കുഴലൂത്ത് കൂടുതൽ ഉച്ചത്തിലാക്കി.

സംഗീതം. സംഗീതത്തിന്റെ നാദധാര. സംഗീതത്തിന്റെ ലഹരി. അത് അത്യുച്ചാവസ്ഥയിലെത്തിയപ്പോൾ ലഹരി പിടിച്ചു മയങ്ങിയ എലികൾ കൂട്ടത്തോടെ പുഴയിൽ ചാടി. ആയിരം. പതിനായിരം.

ലക്ഷം. പത്തുലക്ഷം. കോടിക്കോടി എലികൾ. എല്ലാം പുഴയുടെ ഒഴുക്കിൽപ്പെട്ട് കയത്തിൽ താഴ്ന്നു.

പട്ടണം അതോടെ എലിരഹിത നാടായി. ജനങ്ങൾ പുറത്തിറങ്ങി. നേരം സന്ധ്യയായിരുന്നു. ജനങ്ങൾ ആടിപ്പാടി, കുടിച്ചുമദിച്ചു നൃത്തംവച്ച് ആ ദിനം ആഘോഷിച്ചു. ആഘോഷം നടക്കുമ്പോൾ മേയറും അവിടെയെത്തി. പാട്ടിലും നൃത്തത്തിലും കുടിയിലും കൂടി രസിച്ചു.

അപ്പോൾ കുഴലൂത്തുകാരൻ അവിടെയെത്തി. അയാളെ കണ്ടതും മേയർ പൊട്ടിത്തെറിച്ചു. "വന്നോ വട്ടൻ. തനിക്കീ രാത്രി എന്തുവേണം?"

"സർ, എനിക്ക് വാഗ്ദാനം ചെയ്ത പ്രതിഫലം തരണം."

മേയർക്കു ചിരി വന്നു. "വാഗ്ദാനമോ? എന്തു വാഗ്ദാനം. കുറെ പീറ എലികളെ കുഴലൂതിക്കൊണ്ടുപോയതിന് നൂറു സ്വർണ്ണനാണയങ്ങൾ കൂലിയോ? എലികൾ ചത്തല്ലോ. തനിക്കവയെ ഇനി ജീവിപ്പിച്ചു തിരിച്ചുകൊണ്ടുവരാനൊന്നും പറ്റില്ലല്ലോ. താനേതായാലും ഇപ്പണി ചെയ്തതല്ലേ. ഞാൻ തനിക്ക് അമ്പതു സ്വർണ്ണനാണയങ്ങൾ തരാം."

അതുകേട്ടു ജനങ്ങൾ തലകുലുക്കി. "ശരിയാ ശരിയാ. അമ്പതു സ്വർണ്ണനാണയങ്ങൾ തന്നെ കൂടുതലാ. അതും ഈ തെണ്ടിക്ക്." അവർ അയാളെ കൂവി.

"എനിക്ക് വാഗ്ദാനമനുസരിച്ചുള്ള സ്വർണ്ണനാണയങ്ങൾ തന്നെ തരണം. തന്നില്ലെങ്കിൽ ഞാൻ വീണ്ടും കുഴലൂതേണ്ടിവരും. അത് നിങ്ങളെ നിത്യദുഃഖത്തിലാഴ്ത്തും."

"എന്നാൽ തനിക്ക് ഞാനൊരു നാണയംപോലും തരാൻ പോകുന്നില്ല. വേഗം ഇവിടെനിന്നും പോ പോ ഭ്രാന്താ." മേയർ അലറി.

"ശരിയാ ശരിയാ. അയാൾക്ക് ഒന്നും കൊടുക്കേണ്ട." ജനങ്ങളും ശരിവച്ചു. ജനങ്ങളുടെ ഓർമക്ക് ആയുസ് കുറവാണല്ലോ. അവർ അവരനുഭവിച്ച എലിശല്യം അപ്പോഴേക്ക് മറന്നുപോയിരുന്നു!

അയാൾ ഒന്നും മിണ്ടാതെ തന്റെ കുഴലും കൈയിൽ പിടിച്ചു നടന്നുമറഞ്ഞു. എന്നാൽ അയാൾ അധികദൂരം പോയില്ല. പട്ടണത്തിൻെറ ഒരു ഭാഗത്തുനിന്ന് അയാൾ പുതിയ ഒരു രാഗം കുഴലിൽ വായിക്കാൻ തുടങ്ങി. അതുവരെ ആരും കേൾക്കാത്ത അപൂർവമായ ഒരു സംഗീതധാര. അത് പട്ടണം മുഴുവൻ നിറഞ്ഞു. അതിൽ സ്തം

ഭിച്ച് മുതിർന്നവർ മുഴുവൻ നിന്നു. അവരുടെ കൈകാലുകൾ മരവിച്ച് അവർ നിന്നു സംഗീതത്തിൽ ലയിച്ചു.

എന്നാൽ പട്ടണത്തിലെ കുട്ടികൾ മുഴുവൻ സംഗീതത്തിൽ മയങ്ങി കുഴലൂത്തുകാരന്റെ പിന്നാലെ കൂടി, നൃത്തം വച്ച് ചിരിക്കാൻ

തുടങ്ങി. ചിരിച്ച് ചുവടുവച്ച് അവർ സ്വയം മറന്നു മയങ്ങി അയാളുടെ പുറകെ നടന്നു. പട്ടണത്തിലെ മുതിർന്നവർ അനങ്ങാൻ വയ്യാതെ നോക്കിനിന്നു.

കുഴലൂത്തുകാരൻ കുഴലൂതിക്കൊണ്ട് പുഴയുടെ തീരംവരെ എത്തി. "അയ്യോ അയാൾ കുട്ടികളെ മുഴുവൻ പുഴയിൽ മുക്കിക്കൊല്ലുമോ?" പട്ടണവാസികൾ പേടിച്ചുനോക്കിനിന്നു. ഇല്ല. അയാൾ പുഴയുടെ കുറുകെയുള്ള പാലത്തിലേക്ക് കയറി. പിന്നെ പാലം കടന്നു. അകലെയുള്ള പർവതത്തിനടുത്തേക്കു നടന്നു. കുട്ടികൾ മയങ്ങി അയാളെ അനുഗമിച്ചു.

"ഇല്ല. ആർക്കും ആ പർവതത്തിനു മുകളിലൂടെ അപ്പുറം പോകാനാകില്ല" മേയർ പട്ടണവാസികളെ സമാധാനിപ്പിച്ചു.

എന്നാൽ കുഴലൂത്തുകാരൻ മുന്നോട്ടു നടന്നു, ഉയർന്നു പൊങ്ങുന്ന സംഗീതധാരയ്ക്കനുസരിച്ച് ചുവടുവച്ച് കുട്ടികൾ പുറകേയും നടന്നു. പർവതത്തിനടുത്തെത്തി. നിലാവിൽ പട്ടണവാസികൾ അതു ശരിക്കും കാണുന്നുണ്ടായിരുന്നു. പെട്ടെന്ന് കുഴലൂത്തുകാരന്റെ ഊത്തിന്റെ കെട്ടും മട്ടും മാറി. രാഗം മാറി. താളംമാറി. അത്യുഗ്രമായ, അതിശക്തമായ ഒരു സംഗീതം. പാറയെപ്പോലും അലിയിക്കുന്ന രാഗം. അതിൽ ലയിച്ച് പർവതം ഇളകി. അതിന്റെ ഒരു വശത്തെ പാറ ഉയർന്നു. അപ്പോഴവിടെ ഒരു തുരങ്കം കണ്ടു. കുഴലൂത്തുകാരൻ അതിലേക്ക് ഇഴഞ്ഞുകയറി. കൂടെ നിരനിരയായി ഒന്നിനുപുറകെ ഒന്നായി കുട്ടികളും.

ഒരു കുട്ടി മാത്രം വളരെ പുറകിലായിപ്പോയിരുന്നു. അവൻ കൊച്ചുകുട്ടിയായിരുന്നു. തുരങ്കവാതിൽവരെ എത്താനവനു കഴിഞ്ഞില്ല. പെട്ടെന്ന് പാറ താഴേക്ക് വീണു. തുരങ്കമടഞ്ഞു. എല്ലാം നിശ്ശബ്ദമായി. സംഗീതം കേൾക്കാതായി. പുറത്ത് ഒറ്റയ്ക്കു നിൽക്കുന്ന കുട്ടിയുടെ തേങ്ങൽ മാത്രം അവിടെ ഏറെനേരം നിന്നു.

പട്ടണവാസികൾക്ക് ചലനശേഷി തിരിച്ചുകിട്ടി. അവർ ഓടിച്ചെന്നു. അപ്പോൾ കുട്ടി പറഞ്ഞുപോലും: എപ്പോഴും എല്ലാവരും ചിരിക്കുന്ന, സ്വപ്നം കാണുന്ന, ഒരു മാന്ത്രികലോകത്തിലേക്കാണ് കുഴലൂത്തുകാരൻ അവരെ കൊണ്ടുപോയതെന്ന്. അങ്ങോട്ടു പോകാൻ പറ്റാത്തതിനായിരുന്നു അവൻ കരഞ്ഞുകൊണ്ടിരുന്നത്.

പിന്നീടൊരിക്കലും ആ പർവതത്തിലെ ആ പാറ അനങ്ങിയിട്ടില്ല. പർവതത്തിലെ തുരങ്കം വെളിച്ചം കണ്ടിട്ടില്ല. പിന്നീടൊരിക്കലും ആ നഗരത്തിൽ ഒരു കുഞ്ഞുണ്ടായുമില്ല. കുഞ്ഞുങ്ങളുടെ ചിരിയും

കളിയും കരച്ചിലും കേൾക്കാതെ ആ പട്ടണത്തിലെ തെരുവുകളും മരങ്ങളും ചെടികളും മരവിച്ചുനിന്നു. അവ വസന്തകാലത്തുപോലും പൂത്തില്ല. ആ നഗരത്തിലേക്ക് മറ്റു നഗരങ്ങളിൽനിന്നുപോലും കുട്ടികൾ എത്തിയില്ല.

കുഴലൂത്തുകാരനോടുള്ള വാഗ്ദാനം നിറവേറ്റേണ്ടതായിരുന്നു. അതോർത്ത് ആ പട്ടണവാസികളും മേയറും പശ്ചാത്തപിച്ചു. പക്ഷേ, അതൊക്കെ താമസിച്ചുപോയല്ലോ. പട്ടണം കുട്ടികളില്ലാതെനിന്ന് മുരടിച്ച് വയസായി, പിന്നെ എന്നോ നശിച്ചു. അവിടെ അപ്പോഴും എലികൾപോലും എത്തിയില്ല. ഒരു വലിയ തെറ്റിന്റെ അവശിഷ്ടംപോലെ ആ പട്ടണത്തിന്റെ ഭാഗങ്ങൾ അവിടവിടെ ചിതറിക്കിടന്നു.

## 13

# സൂസിയും സാംസണും

**സൂ**സി അനുജത്തി. സാംസൺ ചേട്ടൻ. സൂസിക്കു വയസ് അഞ്ചുമാത്രം. സാംസണ് എട്ടും. അക്കാലത്തായിരുന്നു ഈ കഥ നടന്നത്.

സൂസിയും സാംസണും കൊച്ചുകുട്ടികളായിരുന്നല്ലോ. അതിനാൽ അവർ എപ്പോഴും ഓടിച്ചാടി കളിച്ചുചിരിച്ചു നടന്നിരുന്നു. എന്നാൽ ചില നേരങ്ങളിൽ അവർക്ക് സങ്കടം വരും. ചേട്ടനോടു ചേർന്ന് അനുജത്തി ഇരിക്കും. രണ്ടുപേരും ഒന്നും മിണ്ടാതെ ഇരുന്നുകരയും.

അതെന്താണെന്നോ? പറയാം. കുറേനാൾ മുൻപ് അവരുടെ അമ്മ മരിച്ചു. അയ്യോ! അത് ഒർക്കുമ്പോൾപ്പോലും അവർക്കു കരച്ചിൽ വരും. അവരുടെ നെഞ്ചുപൊട്ടുംപോലെ അവർക്കു തോന്നും. അവർ ആരും കാണാതെയായിരുന്നു ഇരുന്നു കരഞ്ഞിരുന്നത്.

അവരുടെ അമ്മ മരിച്ചു കുറെ നാൾ കഴിഞ്ഞപ്പോൾ അച്ഛൻ വേറെ കല്യാണം കഴിച്ചു. അവർക്കൊരു നല്ല പുതിയ അമ്മ വരുന്നു എന്നായിരുന്നു അച്ഛൻ പറഞ്ഞത്. പക്ഷേ, വന്നപ്പോഴോ? വന്ന അമ്മയ്ക്ക് ഒരു അമ്മയുടെ സ്വഭാവമേ ഇല്ലായിരുന്നു. അമ്മമാർക്കു സ്നേഹം വേണ്ടേ? കരുണ വേണ്ടേ? അതൊന്നുമില്ലായിരുന്നു അവരുടെ പുതിയ അമ്മയ്ക്ക്. അതായത്, രണ്ടാനമ്മയ്ക്ക്. സൂസിയേയും സാംസണേയും കാണുമ്പോഴേ അവർ മുഖം തിരിച്ചുപിടിക്കും. ദേഷ്യത്തോടെ വെറുപ്പോടെ മാത്രം നോക്കും. വഴക്കു പറയും. അങ്ങ

നെയങ്ങനെ ആയമ്മ കലി തുള്ളും. അച്ഛൻ പറഞ്ഞാലൊന്നും അവർ അനുസരിക്കുകയില്ലായിരുന്നു.

അച്ഛന് മരംവെട്ടായിരുന്നു പണി. മരം വെട്ടി വിറകാക്കി വിൽക്കണം. ചിലപ്പോഴേ വിൽപ്പന നടക്കൂ. ചിലപ്പോൾ നടക്കില്ല. നടക്കാത്തപ്പോൾ വീട്ടിൽ പട്ടിണി. അപ്പോൾ രണ്ടാനമ്മയ്ക്കു കലിയിളകും. അവർ സൂസിയെയും സാംസണെയും വഴക്കുപറയും. കൂടെ അവർ അച്ഛനെയും പഴിക്കും.

ഒരു ദിവസം അങ്ങനെ പണമൊന്നും കിട്ടാതെ പട്ടിണിയായിരുന്നു. രണ്ടാനമ്മക്ക് അന്ന് കലി കൂടുതലുമായിരുന്നു. രാത്രിയായി. കുട്ടികൾ വേറെ മുറിയിൽ കിടന്നു. ഉറങ്ങിയെന്ന് രണ്ടാനമ്മ കരുതി. അവർ അപ്പോൾ പറഞ്ഞു: "നിങ്ങൾ ഈ കുട്ടികളെ കൊണ്ടുപോയി കാട്ടിൽ കളയ്. ഇവിടെ പട്ടിണിയല്ലേ. കുട്ടികൾ പട്ടിണികിടന്ന് ചാകുന്നത് നമ്മൾ കാണേണ്ടേ. അവരെ കളയുകയാണ് എളുപ്പം."

"അതു നടപ്പില്ല. എന്റെ പൊന്നുമക്കളെ ഞാൻ ഉപേക്ഷിക്കുകയില്ല." അച്ഛൻ എതിർത്തുപറഞ്ഞു. എല്ലാം സൂസി ചെവികൊണ്ടു കേട്ടു. സത്യം. അവൾ ഉറങ്ങാതെ കിടപ്പായിരുന്നു. രാവിലെ ചേട്ടനോട് അവൾ വിവരം പറഞ്ഞു. സാംസൺ ഉടൻ പുറത്തിറങ്ങി. തിളങ്ങുന്ന വെള്ളാരങ്കല്ലുകൾ പെറുക്കി പോക്കറ്റിലിട്ടു.

അന്ന് അവരുടെ അച്ഛൻ പണിക്കുപോയില്ല. പനിപിടിച്ചു കിടപ്പിലായിരുന്നു. "ഞാനും കുട്ടികളുംകൂടി കാട്ടിൽപ്പോയി വിറകു പെറുക്കിവരാം." രണ്ടാനമ്മ പറഞ്ഞു. പറയുന്നതിനിടെ അവർ കണ്ണിറുക്കി. കള്ളിയുടെ ലക്ഷണം മുഖത്തുണ്ടായിരുന്നു. കുട്ടികളതു കണ്ടു. അവരുടെ അച്ഛൻ മൂടിപ്പുതച്ചു കിടപ്പായിരുന്നല്ലോ. അതിനാൽ കണ്ടില്ല.

രണ്ടാനമ്മ കുട്ടികളേയും കൂട്ടി കാട്ടിലെത്തി. പരിചയമില്ലാത്ത വഴിയെ കുറെ ഏറെ ഉള്ളിലേക്കു പോയി. വിറകൊടിക്കുന്നതിനിടെ അവർ തെന്നിമാറി. കുട്ടികളെ കാട്ടിൽ വിട്ടു തിരിച്ചുപോന്നു. വീട്ടിലെത്തി കള്ളവും പറഞ്ഞു. കുട്ടികൾ വിറകൊടിക്കാതെ ഓടിക്കളിച്ചു എങ്ങോ പോയി എന്നു പറഞ്ഞു. അതുകേട്ട് അച്ഛന് സങ്കടം വന്നു. എന്നാൽ പനി കാരണം അച്ഛൻ അനങ്ങാതെ കിടന്നതേയുള്ളൂ.

രണ്ടാനമ്മയുടെ സൂത്രം സാംസൺ നേരത്തെ മനസിലാക്കിയിരുന്നു. കാട്ടിലേക്കു നടക്കുന്നതിനിടെ അവൻ വെള്ളാരങ്കല്ലുകൾ എടുത്ത് വഴിയിലിട്ടു. ഇടയ്ക്കിടെ ഓരോന്ന് ഇട്ടു. രണ്ടാനമ്മ വിട്ടിട്ടുപോയി കുറച്ചുകഴിഞ്ഞപ്പോൾ കുട്ടികൾ കല്ലുനോക്കി വഴി കണ്ടെത്തി. ഇരുട്ടായപ്പോഴും വഴിതെറ്റിയില്ല. നിലാവിൽ കല്ലുകൾ

തിളങ്ങി വഴി കാണിച്ചു. അങ്ങനെ അവർ രാത്രി തിരിച്ചെത്തി. അതുകണ്ട് രണ്ടാനമ്മയ്ക്ക് കലി കൂടി.

പിറ്റേന്ന് അതിരാവിലെതന്നെ അവർ കുട്ടികളെ വഴക്കുപറഞ്ഞ് ഉണർത്തി. വെട്ടംവീഴും മുൻപേ ഓരോ കഷണം ഉണക്കറൊട്ടി തിന്നാൻ കൊടുത്തു. എന്നിട്ട് വിറകൊടിക്കാൻ കാട്ടിലേക്കു കൊണ്ടുപോയി. അന്ന് മറ്റൊരു വഴിയെ ആയിരുന്നു പോയത്. ഉച്ചവരെ കാട്ടിനുള്ളിലേക്ക് നടന്നു. വളരെ ദൂരെ എത്തി. കൊടുംകാട്ടിൽ ഇരുട്ടിലെത്തിയപ്പോൾ വിറകൊടിക്കാൻ പറഞ്ഞു. എന്നിട്ട് രണ്ടാനമ്മ സൂത്രത്തിൽ ഒളിച്ചുമാറി തിരിച്ചുപോന്നു.

അന്ന് വെള്ളാരങ്കല്ലുകൾ പെറുക്കി പോക്കറ്റിലിടാൻ സാംസണ് നേരം കിട്ടിയിരുന്നില്ല. പകരം ഉണക്കറൊട്ടി തിന്നാതെ പോക്കറ്റിലിട്ടിരുന്നു. വഴിയിൽ ഇടയ്ക്കിടെ അവൻ റൊട്ടിക്കഷണങ്ങൾ ഇട്ടിരുന്നു. രണ്ടാനമ്മ പോയപ്പോൾ അവർ റൊട്ടിക്കഷണങ്ങൾ നോക്കി വഴി കണ്ടെത്താൻ ശ്രമിച്ചു. എന്തൊരു കഷ്ടം! റൊട്ടിക്കഷണങ്ങളൊക്കെ കിളികൾ കൊത്തിത്തിന്നിരുന്നു.

കുട്ടികൾ അങ്ങോട്ടു നടന്നു. ഇങ്ങോട്ടു നടന്നു. വട്ടം ചുറ്റി നടന്നുനോക്കി. ഇല്ല. ഒരു വഴിയും കാണാനായില്ല. കാടോ കൂടുതൽ കട്ടിയുള്ളതുമായി. ഇരുട്ട് കൂടുതലായി. സന്ധ്യക്ക് മുൻപേ അവിടെ രാത്രിയെത്തി. സൂസിക്കു കരച്ചിൽ വന്നു. അവളുടെ മുട്ടു കൂട്ടിയിടിച്ചു. സാംസൺ അവളെ ചേർത്തുപിടിച്ചു. ധൈര്യം കൊടുത്തു. എന്നിട്ട് അവളുടെ കൈയും പിടിച്ചുനടന്നു. പാതിരയായി. ഭാഗ്യം. അപ്പോഴാണ് കൊടുങ്കാട്ടിൽ പാറപ്പുറത്തൊരു കൊച്ചുവീടു കണ്ടത്.

അതൊരു അത്ഭുതവീടായിരുന്നു. പഞ്ചസാരത്തൂണുകളിൽ തീർത്ത ഒരു വീട്. ഭിത്തിയും മേൽക്കൂരയും മധുരറൊട്ടിയിൽ പണിതിരിക്കുന്ന വീട്. ജനാലയും വാതിലും തനി പഞ്ചസാരയിൽ പണിത വീട്. വീടിനു മുന്നിൽ ബണ്ണുകൾ തൂക്കിയിട്ട് അലങ്കരിച്ചിരിക്കുന്നു. വെണ്ണപോലെ മൃദുലമായ ബണ്ണുകൾ. അതുകണ്ടപ്പോഴെ സൂസിയുടെ വായിൽ വെള്ളം നിറഞ്ഞു. അവൾ ഒരു ബണ്ണ് വലിച്ചെടുത്തുതിന്നു. മറ്റൊന്ന് പറിച്ചെടുത്തു ചേട്ടനും കൊടുത്തു.

പെട്ടെന്ന് ആ റൊട്ടിവീടിന്റെ വാതിൽ തുറന്ന് ഒരു അമ്മൂമ്മ പുറത്തുവന്നു. സിംഹത്തിന്റെ മുഖംപോലൊരു മുഖമുള്ള അമ്മൂമ്മ. കണ്ടാൽ ആരും പേടിക്കും. അവർ കുട്ടികളെ രണ്ടിനേയും പിടിച്ചു. "വരൂ വരൂ. രാത്രി മുഴുവൻ തിന്നാലും തീരാത്തത്ര പലഹാരം ഞാൻ തരാം. വന്നു തിന്നു വയർ നിറയ്ക്ക്." അവർ പഞ്ഞു.

കുട്ടികളെ അവർ വീടിനകത്തിരുത്തി. നല്ല മധുരമുള്ള പലഹാരങ്ങൾ കൊടുത്തു. അതു തിന്ന് അവരുടെ വയർ നിറഞ്ഞു. അവർ അറിയാതെ ഉറങ്ങി.

ഉണർന്നപ്പോൾ എന്താണു കണ്ടതെന്നോ. സാംസൺ ഒരു പട്ടിക്കൂട്ടിൽ. സൂസിയെ വയസി കുലുക്കി ഉണർത്തുകയായിരുന്നു. "വേഗം അരി വയ്ക്ക്. ചോറുണ്ടാക്കി ആ ചെറുക്കനും കൊടുക്ക്. അവന് വണ്ണം വച്ചിട്ടുവേണം എനിക്കവനെ തിന്നാൻ." വയസി പറഞ്ഞു. അവർ ഒരു വടികൊണ്ട് സൂസിയുടെ പുറത്ത് പത്തടിയും കൊടുത്തു. രാവിലെ മുതൽ അവൾക്കു പണിയും കൊടുത്തു. പലഹാരമുണ്ടാക്കലും വീട് വൃത്തിയാക്കലും എല്ലാം. ഇടയ്ക്കിടെ അടിയും കൊടുക്കും. സാംസണ് ഇറച്ചിയും ചോറും ഇടയ്ക്കിടെ കൊടുക്കുകയും ചെയ്തു.

അങ്ങനെ കുറേ ദിവസങ്ങൾ കഴിഞ്ഞു. എന്നും രാവിലെ വയസി പട്ടിക്കൂടിനരികിലെത്തും. "ചെറുക്കാ നിന്റെ വിരൽ പുറത്തിട്. പിടിച്ചു നോക്കട്ടെ." അവർ പറയും. എന്നാൽ സാംസൺ സൂസി കൊടുത്ത ഒരു കോഴിക്കാൽ പുറത്തിട്ടുകൊടുക്കും. അതിൽ തൊട്ടിട്ട് വയസി അവനെ ശപിക്കും.

"ചെറുക്കന് തടി വക്കുന്നില്ലല്ലോ. നാശം!" പറ്റിക്കാനുള്ള ബുദ്ധി സൂസിയായിരുന്നു പറഞ്ഞുകൊടുത്തത്.

എന്നാൽ ഒരു ദിവസം വയസിയുടെ ക്ഷമ നശിച്ചു. ഇന്നു ഞാൻ രണ്ടിനേയും തിന്നും. അവർ പിറുപിറുത്തു. സൂസി അതുകേട്ടു, കേൾക്കാത്ത മട്ടിൽനിന്നു.

വയസിയുടെ വീടിനറ്റത്ത് ഒരു വലിയ ചൂളയുണ്ടായിരുന്നു. ഉള്ളിൽ വിറകിട്ട് അതു കത്തിച്ചു ചൂടാക്കാൻ വയസി കൽപ്പിച്ചു. സൂസി അനുസരിച്ചു. ചൂളയുടെ ഒരു ഭാഗത്ത് ചെറിയ ഒരു വാതിലുണ്ടായിരുന്നു. അത് ഉയർത്തി ഉള്ളിലേക്ക് ഇഴഞ്ഞുകയറി അതു ചൂടായോ എന്നു നോക്കാൻ വയസി പറഞ്ഞു.

"എങ്ങനെയാ അമ്മൂമ്മ ഉള്ളിൽ കയറുന്നത്?" സൂസി ഒരു മണ്ടിയെപ്പോലെ അഭിനയിച്ചു ചോദിച്ചു.

"വിഡ്ഢീ! അതുപോലും നിനക്കറിയില്ലേ? ദാ ഇങ്ങനെ ഇഴയുക, കയറുക." വയസി ചൂളയ്ക്കകത്തേക്ക് ഇഴഞ്ഞുകയറി കാണിച്ചു.

സൂസി അതു കാത്തുനിൽക്കുകയായിരുന്നു. വയസി ഉള്ളിൽ കയറിയതും അവർ ചൂളയുടെ അടപ്പു താഴ്ത്തി കൊളുത്തിട്ടു. സൂസിയെ അങ്ങനെ ഇട്ട് വേവിക്കാനായിരുന്നു വയസിയുടെ പ്ലാൻ. പകരം സൂസി അതു ചെയ്തു എന്നുമാത്രം.

ഉടൻ സൂസി ഓടിച്ചെന്ന് പട്ടിക്കൂടു തുറന്നു. സൂസിയും സാംസണും പുറത്തേക്ക് ഓടുമ്പോൾ അവരുടെ കാലുതട്ടി ഒരു പെട്ടി മറിഞ്ഞുവീണു തുറന്നു. നിലം മുഴുവൻ സ്വർണ്ണനാണയങ്ങൾ ചിതറി വീണു. സൂസിയും സാംസണും കുറേ നാണയങ്ങൾ വാരിയെടുത്തു പോക്കറ്റിലാക്കി, പുറത്തേക്ക് ഓടി.

അവർ പുറത്തിറങ്ങി. സാംസൺ അപ്പോഴാണ് അവരുടെ ചങ്ങാതിയായ രാപ്പാടിയെപ്പറ്റി ഓർത്തത്. അവൻ ചൂളം വിളിച്ചു കാത്തുനിന്നു. ഉടൻ രാപ്പാടി എങ്ങുനിന്നോ പറന്നുവന്നു. "കൂട്ടുകാരീ ഞങ്ങൾക്ക് വീട്ടിലേക്കുള്ള വഴി കാണിച്ചുതരൂ" കുട്ടികൾ പറഞ്ഞു.

രാപ്പാടി പാട്ടുംപാടി പറന്നു. കുട്ടികൾ രാപ്പാടിയെ പിൻതുടർന്നു. വീടിനടുത്തെത്തിയപ്പോൾ അതാ അച്ഛൻ. അവരെ തിരക്കിവരുന്നു! അവരെ കണ്ടപ്പോൾ അച്ഛൻ ആഹ്ലാദിച്ചു. അവരെ കെട്ടിപ്പിടിച്ചുപറഞ്ഞു. "കുട്ടികളേ, രണ്ടാനമ്മ ചെയ്ത ചതി ഞാനറിഞ്ഞു. ഞാൻ അവരെ ഉപേക്ഷിച്ചു. വീട്ടിൽ നിന്നും ഓടിച്ചു."

കുട്ടികൾക്കു സമാധാനമായി. അവർ രാപ്പാടിക്കു നന്ദി പറഞ്ഞു വീട്ടിലെത്തി. അച്ഛനുമൊത്ത് സുഖമായി ജീവിച്ചു. എന്നാൽ ഇടയ്ക്കിടെ അവർ കാട്ടിലേക്ക് പോകുമായിരുന്നു. കാട്ടിലെ റൊട്ടി വീടിന്റെ ഒരറ്റം അടർത്തി തിന്നിട്ട് ഓടിപ്പോരും. വയസിയുടെ തരി പോലും ചൂളയിലില്ലായിരുന്നു. അവർ എപ്പോഴേ ചാരമായിപ്പോയിരുന്നു!

# 14

## ഒരു മിടുക്കിയുടെ കഥ

**പൂ**വുപോലെയും പൂനിലാവുപോലെയും ഒരു സുന്ദരി. പോർഷ്യ. അവൾ വെറും സുന്ദരി മാത്രമായിരുന്നില്ല, സുശീലയും കൂടിയായിരുന്നു. സൗന്ദര്യത്തോടൊപ്പം സൽസ്വഭാവവും കൂടിയാ യാൽ പിന്നെ പറയാനുണ്ടോ! ഒരു കളങ്കം പോലുമില്ലാത്ത ചന്ദ്ര ബിംബം പോലെ ശോഭിച്ചു അവൾ. അവളുടെ ചിരിയിലും പെരു മാറ്റത്തിലും യുവാക്കന്മാർ മയങ്ങിപ്പോയി. സുന്ദരിയും സുശീലയും മാത്രമായിരുന്നില്ല പോർഷ്യ. അവൾ അതിസമ്പന്നയും കൂടിയാ യിരുന്നു. രാജകുമാരിമാരുടെ രാജകുമാരിയെപ്പോലെ അവൾ വിളങ്ങി. അപ്പോൾപ്പിന്നെ കഥ പറയാനുണ്ടോ. രാജകുമാരന്മാരും പ്രഭുകുമാരന്മാരും അവളുടെ കൈ പിടിക്കാൻ മോഹിച്ചുചെന്നു. പക്ഷേ, അവർക്കൊന്നും അവളുടെ ഭർത്താവാകാനുള്ള ഭാഗ്യം ല ഭിച്ചില്ല. കാരണമറിയണോ? അവരൊക്കെ അതിനുള്ള പരീക്ഷയിൽ തോറ്റു. തോറ്റു നാണംകെട്ടു മടങ്ങി. അതൊരു കഥയാണു കൂട്ടരെ. രസമുള്ള കഥ. ആ കഥ പറയുന്നതോ വിശ്വമഹാകവിയായ ഷേക് സ്പിയർ. അദ്ദേഹത്തിന്റെ വെനീസിലെ വ്യാപാരി എന്ന നാടക ത്തിലെ കഥകളിലൊന്നാണാ കഥ. ആ കഥയും കൂടെയുള്ള കഥകളും കേട്ടോളൂ.

ആദ്യം ഏതു കഥയാണ് പറയേണ്ടത്? പോർഷ്യയുടെ കല്യാ ണക്കഥതന്നെ പറയാം. പക്ഷേ, ആ കഥ പറയണമെങ്കിൽ പോർ ഷ്യയെ കല്യാണം കഴിക്കാൻ മോഹിച്ച ബസാനിയോയുടെ കഥയും

പറയണം. ബസാനിയോ സുന്ദരനായിരുന്നു. ധീരനുമായിരുന്നു. ബുദ്ധിമാനുമായിരുന്നു. യുദ്ധവീരനുമായിരുന്നു. സൂര്യതേജസുള്ള പുരുഷൻ. ഏതു പെൺകുട്ടിയും മോഹിച്ചുപോകുന്ന വരൻ. കുലീനനായ ആ യുവാവിന്റെ പെരുമാറ്റമോ മനോഹരമായിരുന്നു. ആരെയും മയക്കുന്ന സംഭാഷണമായിരുന്നു അദ്ദേഹത്തിന്റേത്.

ചന്ദ്രനും കളങ്കമുണ്ടല്ലോ. ബസാനിയോയ്ക്കും ഒരു ചെറിയ കുറവുണ്ടായിരുന്നു. അയാൾ ഒരു ധാരാളിയായിരുന്നു. സമ്പന്നനായ ഒരു പ്രഭുകുമാരനായിരുന്നു അയാൾ. പക്ഷേ, അയാൾ പണം വാരിക്കോരി ചെലവാക്കി. നാളയെപ്പറ്റി ചിന്തിക്കാതെ പണം ഒഴുക്കിക്കളഞ്ഞു. അങ്ങനെ പാപ്പരായി. എന്നിട്ടോ, കടം വാങ്ങിയും പണം ചെലവാക്കി. ബസാനിയോയുടെ ആത്മാർഥ സുഹൃത്തായിരുന്നു അന്റോണിയോ. വെനീസിലെ കുലീനനായ വ്യാപാരി. പലിശ വാങ്ങാതെ പണം കടം കൊടുത്തിരുന്ന നല്ല മനുഷ്യൻ. ദേവദൂതനെപ്പോലെയൊരു മനുഷ്യൻ. വേദനിക്കുന്നവരുടെ കണ്ണീരൊപ്പുന്ന മാന്യൻ. ബസാനിയോ അന്റോണിയോയിൽനിന്നും പല പ്രാവശ്യം കടം വാങ്ങിയിരുന്നു. ഒന്നും തിരിച്ചുകൊടുത്തിരുന്നുമില്ല.

പോർഷ്യ താമസിച്ചിരുന്നത് അങ്ങു ബെൽമോണ്ടിൽ. ബസാനിയോയും അന്റോണിയോയും ഇങ്ങു വെനീസിലും. പക്ഷേ പോർഷ്യയുടെ പ്രശസ്തി വെനീസിലുമെത്തിയിരുന്നു. ബസാനിയോ പോർഷ്യയുടെ ആരാധകനായിരുന്നു. പോർഷ്യയുടെ അച്ഛൻ ജീവിച്ചിരുന്ന കാലത്ത് ഒരിക്കൽ ബസാനിയോ അവളുടെ വീട്ടിൽ പോയിരുന്നു. അന്നുതന്നെ അവർക്ക് പരസ്പരം ഇഷ്ടം തോന്നിയിരുന്നു. പക്ഷേ, രണ്ടുപേരും അക്കാര്യം പറഞ്ഞിരുന്നില്ലെന്നു മാത്രം. ഇപ്പോഴിതാ പോർഷ്യയെ വിവാഹം കഴിക്കാൻ അനേകം പേർ ശ്രമിക്കുന്നു. ആ വിവരം ബസാനിയോയും അറിഞ്ഞു. തനിക്കും ബെൽമോണ്ടിലൊന്നു പോകാൻ കഴിഞ്ഞാൽ.... പണക്കാരായ ആ പ്രഭുകുമാരന്മാരുമായി ഒന്നു മത്സരിക്കാൻ കഴിഞ്ഞാൽ... പോർഷ്യയുടെ സ്നേഹം സമ്പാദിക്കാൻ കഴിഞ്ഞാൽ... അവളെ ലഭിക്കാനുള്ള പരീക്ഷയിൽ വിജയിക്കാൻ കഴിഞ്ഞാൽ... "ഹായ്! എങ്കിൽ ഈ ലോകത്ത് ഇന്നോളം ഭാഗ്യവാനായി മറ്റൊരു പുരുഷനും ഉണ്ടാവുകയില്ല!" ബസാനിയോ അതോർത്ത് അറിയാതെ പുഞ്ചിരിച്ചുപോയി.... എന്നാൽ പോർഷ്യയുടെ അടുത്തെത്താൻ കുറെ പണം ചെലവാക്കണം. തിരിച്ചുവരാനും പണം വേണം. ഇനി ആരോടു കടം വാങ്ങും? ഒരാളോടു മാത്രമേ മടി കൂടാതെ പണം

ചോദിക്കാൻ പറ്റൂ. തന്റെ പ്രിയ തോഴനായ അന്റോണിയോയോടു മാത്രം. അയാളോട് തന്റെ മോഹത്തെപ്പറ്റിയും പറയാം. അയാൾ തന്റെ വിഷമം മനസിലാക്കും. തന്നെ സഹായിക്കും.

ബസാനിയോ പ്രതീക്ഷയോടെ അന്റോണിയോയുടെ അടുത്തെത്തി. പോർഷ്യയോടുള്ള തന്റെ പ്രേമത്തെപ്പറ്റി പറഞ്ഞു. പോർഷ്യയെപ്പറ്റി പറയാൻ തുടങ്ങിയപ്പോൾ അയാൾ ആവേശഭരിതനായി, "അന്റോണിയോ, അവൾ സുന്ദരിയാണ്. അത്ഭുതകരമായ അനേകം ഗുണങ്ങളുള്ള സുന്ദരി. അവളുടെ മുടിച്ചുരുളുകൾക്കുപോലും പ്രകാശമുണ്ട്. ആ മുടിച്ചുരുളുകൾ അവളുടെ നെറ്റിയിൽ സ്വർണക്കമ്പിളി പോലെ കിടന്നിളകുന്നതൊന്നു കാണണം!... എന്റെ അന്റോണിയോ. എനിക്ക് അവളുടെ അടുത്തൊന്നു ചെല്ലാൻ പറ്റിയാൽ അവൾ എന്റേതാകുമെന്ന് എന്റെ മനസ് പറയുന്നു. താങ്കൾ അതിന് എന്നെ സഹായിക്കുകയില്ലേ?..."

അപ്പോൾ അന്റോണിയോ പറഞ്ഞു: "എന്റെ പ്രിയ ബസാനിയോ. എനിക്കുള്ളതെല്ലാം നിങ്ങളുടേതാണ്. നിങ്ങളെ സഹായിക്കാൻ എനിക്കു സന്തോഷമേയുള്ളൂ. പക്ഷേ, ഇപ്പോൾ എന്റെ കൈയിൽ പണമില്ല. മുഴുവൻ പണവും മുടക്കി സാധനങ്ങൾ വാങ്ങി കപ്പലുകളിൽ കയറ്റി അയച്ചിരിക്കുകയാണ്. രണ്ടു മാസത്തിനകം കപ്പലുകൾ തിരിച്ചെത്തും. എന്റെ മുതലും ലാഭവും കൈയിൽ വരും. അക്കാര്യത്തിൽ എനിക്കു സംശയമൊന്നുമില്ല. അതിനാൽ താങ്കൾ തന്നെ വെനീസിൽ ആരെയെങ്കിലും കണ്ടെത്തൂ. പണം കടം തരാൻ തയാറുള്ള ആരെയെങ്കിലും കണ്ടുപിടിക്കൂ. ഞാൻ ജാമ്യം നിൽക്കാം. പലിശയും മുതലും ഞാൻ തിരിച്ചുകൊടുക്കാം. ആ ഉറപ്പിൽ പണം വാങ്ങി പോർഷ്യയുടെ അടുത്തുപോകൂ."

ബസാനിയോ അന്റോണിയോ പറഞ്ഞതുപോലെ തന്നെ ചെയ്തു. വെനീസിൽ പണമുള്ളവരെ പലരേയും സമീപിച്ചു. അവർ ആരും അത്രയും പണം കടം കൊടുക്കാൻ തയാറായില്ല. അവസാനമാണ് ബസാനിയോ ഷൈലോക്ക് എന്ന ജൂതൻ പണക്കാരനെ സമീപിച്ചത്. ഷൈലോക്ക് വലിയ പണക്കാരനായിരുന്നു. പണം പലിശയ്ക്കു കൊടുത്ത് പെരുപ്പിക്കലായിരുന്നു അയാളുടെ ജീവിത ലക്ഷ്യം തന്നെ. അയാൾ പണത്തെ മാത്രം സ്നേഹിച്ചിരുന്ന ഒരു ക്രൂരനായിരുന്നു. സ്നേഹം, ദയ, മനുഷ്യത്വം തുടങ്ങിയ വാക്കുകളൊന്നും അയാൾ കേട്ടിട്ടേ ഇല്ലായിരുന്നു. അറുത്ത കൈക്ക് ഉപ്പു തേക്കാത്ത പിശുക്കൻ. എന്തു ചതിയും ചെയ്ത് പണം പിടുങ്ങാൻ

മടിയില്ലാത്തവൻ. ഷൈലോക്ക് എന്ന പേരു കേട്ടാൽ തന്നെ പാവങ്ങൾ വിറയ്ക്കുമായിരുന്നു. ക്രൂരതയ്ക്കു കൈയും കാലും വച്ചതാണ് ആ വയസൻ എന്ന് പാവങ്ങൾ പറയാറുണ്ടായിരുന്നു.

കാര്യം കാണാൻ കഴുതക്കാലും പിടിക്കണമെന്ന് ഒരു ചൊല്ലുണ്ട്. ബസാനിയോ ചെകുത്താന്റെ കാൽ തന്നെ പിടിക്കാൻ തയാറായി! വെനീസ് നഗരത്തിലൊരിടത്തുവച്ച് അയാൾ ഷൈലോക്കിനെ കണ്ട് കാര്യം പറഞ്ഞു. അതു കേട്ടപ്പോൾ ഷൈലോക്കിൻെറ കുടിലബുദ്ധിയിൽ ക്രൂരമായ ഒരു പരിപാടി രൂപംകൊണ്ടു. തന്റെ ഏറ്റവും വലിയ ശത്രുവായ അന്റോണിയോയെ കുടുക്കാനൊരു പരിപാടി!

"നിങ്ങൾക്ക് മൂവായിരം പണം വേണം, അല്ലേ? മൂന്നുമാസം അവധി, അല്ലേ? അന്റോണിയോയുടെ ജാമ്യത്തിൽ, അല്ലേ? കൊള്ളാം കൊള്ളാം. അയാളുടെ ചരക്കുകപ്പലുകൾ പല രാജ്യങ്ങളിലേക്കു പോയിട്ടുണ്ട്. എനിക്കതറിയാം. എന്നാൽ കപ്പലുകൾ തകർന്നേക്കാം. കടൽക്കൊള്ളക്കാരുടെ കൈകളിൽ പെട്ടുപോയേക്കാം. ഇങ്ങനെ പല ആപത്തുകൾ ഉണ്ട്. എന്നാലും ആ മനുഷ്യന്റെ ജാമ്യം മതി. അന്റോണിയോയുമായി ഞാൻ ഒന്നു സംസാരിക്കട്ടെ."

അവർ അങ്ങനെ സംസാരിച്ചുകൊണ്ടു നിന്നപ്പോൾ അന്റോണിയോയും അവിടെ എത്തി. "ഇതാണ് അന്റോണിയോ." ബസാനിയോ അന്റോണിയോയെ പരിചയപ്പെടുത്തി. ഷൈലോക്ക് തല കുലുക്കി. പുറമേ ഒന്നു ചിരിച്ചു. ഉള്ളിലോ വെറുപ്പ് പതഞ്ഞുപൊങ്ങി. ഷൈലോക്ക് മനസിൽ പറഞ്ഞു:

"ഞാൻ ഇവനെ വെറുക്കുന്നു. ഇവൻ വെനീസിൽ പലിശയില്ലാതെ പണം കടം കൊടുക്കുന്നു. ഇവൻ കാരണം എന്നെപ്പോലുള്ളവർക്കു കിട്ടുന്ന അന്യായപ്പലിശ കുറഞ്ഞുപോകുന്നു. ഞാൻ ഇവനു മാപ്പുകൊടുക്കുകയില്ല. നിശ്ചയം."

പക്ഷേ, പുറമെ ഈ വെറുപ്പൊന്നും കാണിക്കാതെ ഷൈലോക്ക് പറഞ്ഞു: "ബഹുമാനപ്പെട്ട അന്റോണിയോ, അവിടുത്തെപ്പറ്റിയായിരുന്നു ഞങ്ങൾ സംസാരിച്ചുകൊണ്ടിരുന്നത്."

അപ്പോൾ അന്റോണിയോ പറഞ്ഞു: "ഞാൻ പലിശയ്ക്കു പണം കൊടുക്കുകയോ വാങ്ങുകയോ ചെയ്യാറില്ല. എന്നാലും എന്റെ പ്രിയസുഹൃത്തായ ബസാനിയോയ്ക്കു വേണ്ടി ഞാൻ ആ മുറ തെറ്റിക്കുന്നു."

അവർ അങ്ങനെ അൽപ്പസമയം സംസാരിച്ചു. ഒരു പുരാണകഥ പറഞ്ഞ് പണം പെരുപ്പിക്കുന്നതിനെ ഷൈലോക്ക് ന്യായീക

രിക്കാൻ നോക്കി. എന്നിട്ടു തുടർന്നു: "നിങ്ങൾ പലതവണ എന്നെ വിമർശിച്ചു സംസാരിച്ചിട്ടുണ്ട്. നിങ്ങൾ എന്നെ അവിശ്വാസിയെന്നും കഴുത്തറപ്പൻ പട്ടി എന്നും വിളിച്ചു. എന്റെ കുപ്പായത്തിൽ കാർക്കിച്ചു തുപ്പി. എന്തിന്? എന്റെ സ്വന്തം പണം എനിക്കിഷ്ടമുള്ളതുപോലെ കടം കൊടുത്തതിന്. എന്റെ പണത്തിനു എനിക്കുവേണ്ട പലിശ വാങ്ങിയതിന്! നിങ്ങൾക്കിപ്പോൾ പണം വേണം. ഒരു പട്ടിക്കു പണമുണ്ടോ? ഒരു തെണ്ടിപ്പട്ടിക്കു മൂവായിരം പണം കടം തരാൻ പറ്റുമോ? എനിക്കു വേണമെങ്കിൽ ഇങ്ങനെ ചോദിക്കാം."

അന്റോണിയോ അയാളെ തടഞ്ഞുകൊണ്ടു പറഞ്ഞു: "മിസ്റ്റർ ഷൈലോക്ക്, നിങ്ങൾ അന്യായപ്പലിശ വാങ്ങുമ്പോഴൊക്കെ ഇനിയും ഞാനങ്ങനെ വിളിക്കും. നിങ്ങൾ എന്നെ ഒരു ശത്രുവായിത്തന്നെ പരിഗണിച്ചു പണം തന്നാൽ മതി. സമയത്തു പലിശ സഹിതം തന്നില്ലെങ്കിൽ പിഴയും ഈടാക്കിക്കൊള്ളൂ."

ഷൈലോക്ക് അപ്പോൾ സൗഹൃദം ഭാവിച്ചുകൊണ്ടു പറഞ്ഞു: "എനിക്ക് നിങ്ങളോടു സൗഹൃദമാണ് ഇഷ്ടം. ഞാൻ പണം കടം തരാം. ഒരു ഉടമ്പടി എഴുതിത്തന്നാൽ മതി. അത് വെറും ഒരു തമാശ മാത്രം. കരാറിൽ പറഞ്ഞ സമയത്തിനുള്ളിൽ പണം തിരിച്ചു തന്നില്ലെങ്കിൽ നിങ്ങളുടെ സുന്ദരമായ ശരീരത്തിൽനിന്നും ഒരു റാത്തൽ ഇറച്ചി ഞാൻ എടുക്കും. എനിക്ക് ഇഷ്ടമുള്ള ഭാഗത്തുനിന്നും ഒരു റാത്തൽ ഇറച്ചി ഞാൻ അറുത്തെടുക്കും!"

"സമ്മതിച്ചിരിക്കുന്നു." അന്റോണിയോ പറഞ്ഞു.

"വേണ്ട വേണ്ട. എനിക്കായി നിങ്ങൾ ഇത്ര ക്രൂരമായ ഒരു കരാറിൽ ഒപ്പുവയ്ക്കാൻ പാടില്ല." ബസാനിയോ തടഞ്ഞു.

"പേടിക്കേണ്ട ബസാനിയോ. മൂന്നു മാസമല്ലേ അവധി? രണ്ടു മാസമാകുമ്പോൾ എന്റെ കപ്പലുകൾ തിരിച്ചുവരും. ഞാൻ ഇയാളുടെ പണം തിരിച്ചും നൽകും. പിന്നെ പേടിയെന്തിന്?"

അവരുടെ സംസാരംകേട്ട് ഷൈലോക്ക് നിഷ്കളങ്കത അഭിനയിച്ചുകൊണ്ടു പറഞ്ഞു.

"എന്റെ എബ്രഹാം പിതാവേ, ഈ ക്രിസ്ത്യാനികൾക്ക് എന്തു സംശയം! ഇദ്ദേഹത്തിനു സമയത്തു പണം തരാൻ കഴിഞ്ഞില്ലെങ്കിൽ പോലും ഈ പിഴ ഈടാക്കാൻ ഞാൻ എന്തിനു തയാറാകണം? ഒരു റാത്തൽ മനുഷ്യമാംസത്തിന് ആടിന്റെയോ പശുവിന്റെയോ മാംസത്തിന്റെ വിലപോലും കിട്ടുമോ? ഞാൻ തമാശക്കല്ലേ ഇങ്ങനെ കരാർ എഴുതുന്നത്. അന്റോണിയോയുടെ സൗഹൃദം സമ്പാദിക്കാനല്ലേ ഇങ്ങനെ കരാർ എഴുതുന്നത്!"

പണം പറഞ്ഞ അവധിക്കു മുൻപുതന്നെ തിരിച്ചു കൊടുക്കാൻ കഴിയും എന്ന് അന്റോണിയോക്കു തീർച്ചയുണ്ടായിരുന്നു. അയാൾ ഷൈലോക്ക് പറഞ്ഞതുപോലെ തന്നെ കരാറിൽ ഒപ്പുവച്ചു. ഷൈലോക്ക് മൂവായിരം പണം ബസാനിയോയ്ക്കു കൊടുക്കുകയും ചെയ്തു.

ബസാനിയോ പോകുംമുൻപ് സുഹൃത്തുക്കൾക്കായി ഒരു വിരുന്നു നൽകി. അതിലേക്ക് ഷൈലോക്കിനെയും ക്ഷണിച്ചു. ഉള്ളിൽ നിറഞ്ഞ വെറുപ്പുമായാണ് ഷൈലോക്ക് വിരുന്നിന് തിരിച്ചത്. പോകുംമുൻപ് മകൾ ജെസിക്കയോട് വീടിന്റെ വാതിലുകളെല്ലാം നന്നായി അടച്ചു കിടന്നുകൊള്ളാൻ പറഞ്ഞു. പാവം വയസ്സൻ. അയാളുടെ മകൾ, ലൊറെൻസോ എന്ന യുവാവുമായി പ്രേമത്തിലായിരുന്നു. ജൂതജാതിക്കാരിയായ ജസിക്ക ക്രിസ്ത്യാനിയായ യുവാവുമായി സ്നേഹത്തിലായി എന്നറിഞ്ഞാൽ ഷൈലോക്ക് അത് തടയും. അത് ജെസിക്കയ്ക്ക് അറിയാമായിരുന്നു. അതിനാൽ അവൾ എല്ലാം ഒളിച്ചു. ഷൈലോക്ക് വിരുന്നിനുപോയ തക്കം നോക്കി വീടുവിട്ടിറങ്ങി. ലൊറെൻസോയുടെയും കൂട്ടുകാരുടെയും കൂടെ നാടുവിട്ടു. ഷൈലോക്ക് തിരിച്ചു വീട്ടിലെത്തിയപ്പോൾ മകൾ ഇല്ല! കുറെ പണവും ആഭരണങ്ങളും കാണാനുമില്ല. അയാൾ കിടന്നു തുള്ളി. അവളെ ശപിച്ചു. അവൾക്ക് ഒരു ചില്ലിക്കാശുപോലും കൊടുക്കുകയില്ല എന്നും നിശ്ചയിച്ചു. ഈ സംഭവത്തോടെ അയാൾക്ക് അന്റോണിയോയോടുള്ള വെറുപ്പും കൂടി.

ഇനി ബസാനിയോയുടെയും പോർഷ്യയുടെയും കഥയുടെ ബാക്കി പറയാം. പോർഷ്യയെ കിട്ടാനായി അനേകം രാജകുമാരന്മാരും പ്രഭുകുമാരന്മാരും ബെൽമോണ്ടിലെത്തിയിരുന്നു. അവരൊക്കെ വലിയ പണക്കാരുമായിരുന്നു. പക്ഷേ, ആരേയും പോർഷ്യയ്ക്ക് ഇഷ്ടപ്പെട്ടില്ല. 'ദൈവമേ എന്നെ രക്ഷിക്കണേ, എനിക്ക് ഇഷ്ടപ്പെടാത്ത ഇവരാരും എന്നെ കിട്ടാനുള്ള പരീക്ഷയിൽ വിജയിക്കരുതേ...' അവൾ ഉള്ളുരുകി പ്രാർഥിച്ചു. അവളുടെ പ്രാർഥന ഫലിക്കുകയും ചെയ്തു. അവരെല്ലാം പരീക്ഷയിൽ തോറ്റു നാടുവിട്ടു. അവസാനം ബസാനിയോ അവിടെ എത്തി. ആ യുവകോമളന്റെ വരവിൽ പോർഷ്യ ആഹ്ലാദിച്ചു. അവർ തമ്മിൽ കണ്ടു, സംസാരിച്ചു. കളി പറഞ്ഞ്, കാര്യം പറഞ്ഞ്, അടുത്തു പെരുമാറി. പോർഷ്യയ്ക്ക് അദ്ദേഹത്തെ ഇഷ്ടമായി. എന്തൊരു വിനയം. എന്തൊരു സ്നേഹം. എന്തൊരു അറിവ്. എത്ര നല്ല സംഭാഷണം. 'ദൈവമേ

എന്നെ അനുഗ്രഹിക്കേണമേ. ഇദ്ദേഹത്തെ തന്നെ എനിക്കു ഭർത്താവായി ലഭിക്കേണമേ...' പോർഷ്യ ഉള്ളുരുകി പ്രാർഥിച്ചു. പാവം പോർഷ്യ! അവൾക്കു പ്രാർഥിക്കാനല്ലാതെ മറ്റെന്തു ചെയ്യാൻ പറ്റും? ആര് അവളുടെ ഭർത്താവാകണമെന്ന് നിശ്ചയിക്കാൻ അവൾക്ക് അവകാശമില്ലായിരുന്നു. അവളുടെ അച്ഛൻ മരിക്കും മുൻപ് ഒരു പരീക്ഷ തയാറാക്കിയിരുന്നു. അതിൽ വിജയിക്കുന്നവൻ മാത്രമേ മകളെ വിവാഹം ചെയ്യാവൂ എന്ന് നിശ്ചയിച്ചിരുന്നു. അവൾ അദ്ദേഹത്തിന്റെ ആജ്ഞ അനുസരിക്കാം എന്നു സത്യം ചെയ്തിരുന്നു.

ആ പരീക്ഷയിലാണ് ഇതുവരെ വന്ന യുവാക്കളൊക്കെ തോറ്റത്. ബസാനിയോയും അവസാനം ആ പരീക്ഷയെ നേരിടാൻ തയാറായി. ആ നിമിഷമെത്തിയപ്പോൾ പോർഷ്യയുടെ ഹൃദയമിടിപ്പു കൂടി. അവൾ പറഞ്ഞു: "ഒന്നു നിൽക്കൂ. ഇപ്പോൾത്തന്നെ ഈ പരീക്ഷണം നടത്തണോ? അങ്ങ് ഇതിൽ തോറ്റാൽ എനിക്ക് അങ്ങു നഷ്ടമാകും. എനിക്ക് അതു സഹിക്കാനുള്ള ശക്തിയില്ല. എന്തോ എന്റെ മനസു പറയുന്നു; എനിക്ക് അങ്ങയെ നഷ്ടപ്പെടില്ലെന്ന്... അങ്ങയുടെ കണ്ണുകൾ എന്നെ മയക്കിക്കളഞ്ഞു. എന്റേതെല്ലാം അങ്ങയുടേതാണ്... എങ്കിലും അങ്ങ് പരീക്ഷയിൽ വിജയിക്കണം. പോകൂ പരീക്ഷയെ നേരിടൂ. ആ മൂന്നു പെട്ടികളിലൊന്നിൽ എന്നെ വച്ചു പൂട്ടിയിരിക്കുന്നു. അങ്ങേയ്ക്ക് എന്നോടു ശക്തിയായ സ്നേഹമുണ്ടെങ്കിൽ അങ്ങ് ശരിയായത് കണ്ടുപിടിക്കും."

അവിടെ അതാ മൂന്നു പെട്ടികൾ. ഒന്ന് സ്വർണപ്പെട്ടി. മറ്റൊന്ന് വെള്ളിപ്പെട്ടി. മറ്റൊന്ന് ഈയപ്പെട്ടി. അതിലൊന്നിൽ പോർഷ്യയുടെ ചിത്രമുണ്ട്. അതു തെരഞ്ഞെടുക്കാൻ കഴിഞ്ഞാൽ പോർഷ്യയെ കിട്ടും...

ബസാനിയോ ആ പെട്ടികളെ സൂക്ഷിച്ചു നോക്കിനിന്നപ്പോൾ അവിടെ സംഗീതം മുഴങ്ങി. ഏതു പെട്ടിയിലാകാം പോർഷ്യയുടെ ചിത്രം? തിളങ്ങുന്ന സ്വർണപ്പെട്ടിയിലോ? "എന്നെ തെരഞ്ഞെടുക്കുന്നവർക്ക് അനേകം പേർ ആഗ്രഹിക്കുന്നതു കിട്ടും." സ്വർണപ്പെട്ടിയിൽ അങ്ങനെ എഴുതിയിട്ടുണ്ട്. സ്വർണത്തിന്റെ പകിട്ടിൽ ആരും വീഴും. പക്ഷേ, പുറം പകിട്ടിലല്ല കാര്യം. ബസാനിയോ സ്വർണപ്പെട്ടിയിൽനിന്നും കണ്ണുകൾ പറിച്ചു മാറ്റി. വെള്ളിപ്പെട്ടിയിലേക്കു നോക്കി. "എന്നെ തെരഞ്ഞെടുക്കുന്നയാൾക്ക് അയാൾ അർഹിക്കുന്നതത്രയും കിട്ടും." ബസാനിയോ പിന്നെ ഈയപ്പെട്ടിയിലേക്കു നോക്കി. അതിൽ എന്താണെഴുതിയിരിക്കുന്നതെന്നു

വായിച്ചു. "എന്നെ തെരഞ്ഞെടുക്കുന്നയാൾ അയാൾക്കുള്ളതെല്ലാം കൊടുക്കുകയും അപകടപ്പെടുത്തുകയും വേണം." അയാൾ ആ പെട്ടിയിൽ തന്നെ നോക്കിനിന്നു. ആ സന്ദേശം ഉൾക്കൊണ്ടു. പ്രാർഥനയോടെ ഈയപ്പേടകത്തിന്റെ താക്കോലെടുത്ത് അതു തുറന്നു. അതാ അതിനുള്ളിൽ സുന്ദരിയായ പോർഷ്യയുടെ സുന്ദരമായ ചിത്രം! അതിന്റെ കണ്ണുകൾ ചലിക്കുന്നുണ്ടോ? മധുരമുള്ള ശ്വാസത്തിൽ അവളുടെ ചുണ്ടുകൾ വിടർന്നിട്ടുണ്ടോ? ബസാനിയോ ആ ചിത്രം കണ്ട് മതിമറന്നുനിന്നു. അവിടെ അതാ ഒരു എഴുത്തും. "പുറംകാഴ്ചയിൽ മയങ്ങാതെ നിങ്ങൾ ശരിയായതു തെരഞ്ഞെടുത്തിരിക്കുന്നു. അഭിനന്ദനങ്ങൾ. തിരിഞ്ഞ് നിങ്ങളുടെ വധുവിനെ ഒരു ചുംബനത്തോടെ സ്വീകരിക്കുക."

"ഞാൻ ഈ കാണുന്നത് സ്വപ്നമോ സത്യമോ? സുന്ദരീ നീ തന്നെ സത്യം പറയൂ." അദ്ദേഹം ആഹ്ലാദത്തോടെ തിരിഞ്ഞ് പോർഷ്യയോട് അങ്ങനെ ചോദിച്ചു.

"പ്രഭോ, ഞാനിവിടെ നിൽക്കുന്നത് അങ്ങു കാണുന്നില്ലേ? വരൂ, ഇതുവരെ ഈ വീടിന്റെയും സ്വത്തിന്റെയുമൊക്കെ ഉടമ ഞാനായിരുന്നു. എന്നാൽ ഈ നിമിഷം മുതൽ എല്ലാം അങ്ങയുടേതായിരിക്കുന്നു. ഞാൻപോലും അങ്ങയുടേതായിരിക്കുന്നു. വരൂ, എന്റെ കൈയിൽനിന്നും ഈ വിവാഹമോതിരം സ്വീകരിക്കൂ. ഇത് മറ്റാർക്കും കൊടുക്കുകയില്ലെന്നു സത്യം ചെയ്യൂ." പോർഷ്യ അത്യാഹ്ലാദത്തോടെ അദ്ദേഹത്തെ അരികിലേക്ക് ക്ഷണിച്ചു.

"ഈ വിരലിൽനിന്ന് ഈ മോതിരം എന്നു മാറുന്നുവോ അന്ന് എന്റെ ജീവനും ഇവിടെനിന്ന് പിരിയും." മോതിരം സ്വീകരിച്ചുകൊണ്ട് ബസാനിയോയും സത്യം ചെയ്തു.

പോർഷ്യയും ബസാനിയോയും! ഇണക്കിളികളെപ്പോലെ അവർ അടുത്തുചേർന്നുനിന്നു. അവരുടെ കണ്ണുകൾ ആനന്ദം കൊണ്ടു തിളങ്ങി. ഉള്ളിൽ നിറഞ്ഞു കവിഞ്ഞ ആഹ്ലാദം പുറത്തേക്ക് ഒഴുകി. അവരുടെ പുഞ്ചിരികളിലൂടെ അത് ചുറ്റും നിന്നവരിലേക്കും പകർന്നു. എല്ലാവരും അത്യാഹ്ലാദത്തിലും ആവേശത്തിലും സംതൃപ്തിയിലും മയങ്ങിനിന്നുപോയി. ആനന്ദത്തിന്റെ ആ മോഹനമായ മുഹൂർത്തത്തിൽ ഒരു നല്ല വാർത്തകൂടി പുറത്തായി. പോർഷ്യയുടെ പരിചാരികയായിരുന്നു സുന്ദരിയായ നെരിസ. ബസാനിയോയുടെ സുഹൃത്തായിരുന്നു തമാശക്കാരൻ ഗ്രാഷിയാനോ. അയാളും ബസാനിയോയുടെ സംഘത്തിൽ കൂടിയിരുന്നു. പറ്റിയ

ഒരു പെണ്ണിനുവേണ്ടി കാത്തിരിക്കുകയായിരുന്നു ആ സരസൻ. അയാൾ രഹസ്യമായി നെരിസയുമായി സംസാരിച്ചിരുന്നു. ബസാനിയോ പോർഷ്യയെ വിവാഹം കഴിച്ചാൽ താൻ ഗ്രാഷിയാനോയെയും വിവാഹം കഴിക്കാമെന്ന് അവൾ വാക്കുകൊടുത്തിരുന്നു. ഇക്കാര്യം അവർ ആ സദസിൽ പുറത്താക്കി. നെരിസ ഗ്രാഷിയാനോയ്ക്കും കൊടുത്തു ഒരു വിവാഹമോതിരം! ഒരു കല്യാണത്തോടൊപ്പം മറ്റൊന്നുകൂടി. അതുകൂടി അറിഞ്ഞപ്പോൾ എല്ലാവരുടെയും സന്തോഷം ഇരട്ടിയായി. പോർഷ്യയുടെ കൊട്ടാരം ശരിക്കും ഒരു സന്തോഷക്കൊട്ടാരമായി മാറി.

എന്നാൽ ഈ സന്തോഷം ഏതാനും നിമിഷങ്ങളേ നീണ്ടുനിന്നുള്ളൂ. തെളിഞ്ഞ ആകാശത്ത് ഒരു നിമിഷംകൊണ്ട് കാർമേഘങ്ങൾ നിറയാം. ഇരുൾ പരക്കാം. ഇടിവെട്ടാം. ആഹ്ലാദത്തിന്റെ വെളിച്ചത്തെ ദുരന്തത്തിന്റെ ഇരുട്ടു വിഴുങ്ങാം. പുഞ്ചിരി കണ്ണീരിനു വഴിമാറാം. അങ്ങനെയാണല്ലോ ജീവിതനാടകം. അപ്രതീക്ഷിതമായി അവിടെ ദുരന്തം അരങ്ങേറും. ആനന്ദത്തെ ആട്ടിപ്പായിക്കും.

അതുതന്നെ ഇവിടെയും സംഭവിച്ചു. വെനീസിൽനിന്നും അന്റോണിയോയുടെ ഒരു ദൂതൻ അപ്പോൾ അവിടെയെത്തി. കൂട്ടത്തിൽ ലൊറെൻസോയും ജെസിക്കയും മറ്റു സുഹൃത്തുക്കളുമുണ്ടായിരുന്നു. അതിഭീകരമായ രണ്ടു വാർത്തകളുമായിട്ടായിരുന്നു ആ ദൂതൻ എത്തിയിരുന്നത്. ആ ദൂതൻ കൊടുത്ത കത്തു വായിച്ച ബസാനിയോ കരഞ്ഞുപോയി. അയാളുടെ മുഖം വിളറി. മരണവാർത്ത കേട്ടവനെപ്പോലെ അയാൾ വിറച്ചു. “എന്താണു കാര്യം?” പോർഷ്യ കാര്യം തിരക്കി.

അപ്പോൾ ആ ഞെട്ടിക്കുന്ന വാർത്ത ബസാനിയോ പറഞ്ഞു. അന്റോണിയോയുടെ കപ്പലുകൾ എല്ലാം തകർന്നു. അയാൾ പാപ്പരായി. ഷൈലോക്കിന് കരാർ പ്രകാരം പണം നൽകാൻ അയാൾക്കു കഴിഞ്ഞില്ല. അങ്ങനെ അന്റോണിയോ ജയിലിലാണ്. കുറ്റവിചാരണ ഉടൻ നടത്തും. അന്റോണിയോയുടെ ശരീരത്തിൽനിന്നും ഒരു റാത്തൽ ഇറച്ചി വേണം എന്ന് ഷൈലോക്ക് വാശിപിടിച്ചിരിക്കുന്നു. മരിക്കും മുൻപ് ഒന്ന് ബസാനിയോയെ കാണണം. യാത്ര പറയണം. ഉടൻ വെനീസിലെത്തണം. അതായിരുന്നു അന്റോണിയോയുടെ കത്തിലെ അഭ്യർഥന.

കാര്യത്തിന്റെ ഗൗരവം പോർഷ്യക്കും മനസിലായി. തന്നെ വിവാഹം കഴിക്കാനായിരുന്നു ബസാനിയോ പണം കടം വാങ്ങിയത്.

അന്റോണിയോ ജാമ്യം നിന്നു ജീവൻ പണയപ്പെടുത്തിയതാണ്. അതിനാൽ എത്ര പണം ചെലവാക്കിയാലും വേണ്ടില്ല. ഉടൻ പോയി അന്റോണിയോയെ രക്ഷിക്കണം. പോർഷ്യ അങ്ങനെ പറഞ്ഞു. അന്റോണിയോയെ രക്ഷിക്കാൻ ബസാനിയോയും കൂട്ടുകാരും ഉടൻ തന്നെ പുറപ്പെട്ടു. അതിനുമുൻപ് പള്ളിയിൽവച്ച് പോർഷ്യയുടേയും ബസാനിയോയുടെയും വിവാഹം നടത്തുകയും ചെയ്തു.

ബസാനിയോയും കൂട്ടുകാരും വെനീസിലേക്ക് യാത്ര തിരിച്ച ഉടൻ പോർഷ്യ ലൊറെൻസൊയെയും ജെസിക്കയെയും അടുത്തു വിളിച്ച് തന്റെ വീടിന്റെ താക്കോൽ ഏൽപ്പിച്ചു. താനും പരിചാരികയായ നെരിസയും ഒരു മഠത്തിൽ ധ്യാനത്തിനു പോവുകയാണ് എന്നാണ് അവൾ അവരോടു പറഞ്ഞത്. അതുവരെ വീട് സൂക്ഷിക്കാനും പറഞ്ഞു.

വാസ്തവത്തിൽ പോർഷ്യയും നെരിസയും മഠത്തിലേക്കായിരുന്നില്ല യാത്ര തിരിച്ചത്. ഡോക്ടർ ബെലാരിയോ എന്ന നിയമവിദഗ്ധനായിരുന്നു ആന്റോണിയോയുടെ കേസിന്റെ വിധി പറയേണ്ടിയിരുന്നത്. പാദ്വയിലായിരുന്നു ആ വൃദ്ധൻ താമസിച്ചിരുന്നത്. അദ്ദേഹത്തിനു പകരം കേസിനു തീർപ്പു കൽപ്പിക്കാനായിരുന്നു പോർഷ്യ പോയത്. ബാൽത്തസാർ എന്ന ആൺ വക്കീലിന്റെ പേരിലായിരുന്നു അവൾ അതിനു പോയത്. ആ ആൺവക്കീലിന്റെ വേഷമിട്ട് അവൾ യാത്രയായി. നെരിസയെ ഒരു ചെറുപ്പക്കാരന്റെ വേഷമിടീച്ചു. വക്കീലിന്റെ സഹായി എന്ന മട്ടിൽ കൂടെക്കൊണ്ടുപോയി. അവർ രണ്ടുപേരും വെനീസിലെത്തിയപ്പോൾ അവിടെ കോടതി കൂടിക്കഴിഞ്ഞിരുന്നു. വെനീസിലെ മുഖ്യപ്രഭുവിന്റെ അധ്യക്ഷതയിലായിരുന്നു കോടതി കൂടിയിരുന്നത്. മറ്റു പ്രഭുക്കളും അവിടെ കൂടിയിരുന്നു. അന്റോണിയോയും ബസാനിയോയും മറ്റു സുഹൃത്തുക്കളും കോടതിയിലെത്തിയിരുന്നു. പ്രഭു ആജ്ഞാപിച്ചപ്പോൾ ഷൈലോക്കും കോടതിയിലേക്കു കയറിച്ചെന്നു. അപ്പോൾ പ്രഭു പറഞ്ഞു: “ഷൈലോക്ക് നിങ്ങൾ വെറുതെ പക അഭിനയിക്കുകയാണ് എന്നു ഞാൻ കരുതട്ടെ? അന്റോണിയോയുടെ കപ്പലുകൾ മുഴുവൻ തകർന്നുപോയതായാണല്ലോ വാർത്ത. ആ പാവപ്പെട്ടവനിൽ താങ്കൾ കരുണ കാണിക്കൂ. പിഴ വേണ്ട എന്ന് നിശ്ചയിക്കൂ. ഉദാരമായ ഒരു തീരുമാനം ഞാൻ പ്രതീക്ഷിക്കുന്നു.”

എന്നാൽ ഷൈലോക്ക് യാതൊരു വിട്ടുവീഴ്ചയ്ക്കും തയാറല്ല എന്നു പറഞ്ഞു. മൂവായിരം പണത്തിനുപകരം ആറായിരം കൊടു

ക്കാമെന്ന് ബസാനിയോ പറഞ്ഞതും ഷൈലോക്ക് സ്വീകരിച്ചില്ല. “എനിക്കു ന്യായം കിട്ടണം. കരാർ പ്രകാരമുള്ള ഒരു റാത്തൽ ഇറച്ചിതന്നെ കിട്ടണം.” ഷൈലോക്ക് പ്രഭുവിനോട് പറഞ്ഞു.

അപ്പോഴാണ് വേഷം മാറിയെത്തിയ നെരിസ കോടതിലേക്ക് കയറിച്ചെന്ന് ഒരു കത്ത് പ്രഭുവിന്റെ കൈയിൽ കൊടുത്തത്. പാദ്വയിലെ ബെലാരിയോയുടെതായിരുന്നു ആ കത്ത്. കേസിന്റെ തീർപ്പു കൽപ്പിക്കാൻ അസുഖംമൂലം തനിക്ക് എത്താൻ പറ്റില്ല. പകരം പണ്ഡിതനായ ബാൽത്തസാർ വക്കീലിനെ അയക്കുന്നു. അദ്ദേഹം ഈ കേസ് പഠിച്ചിട്ടുണ്ട്. കൃത്യമായ വിധി പറയും വിസ്താരം നടത്തും എന്നായിരുന്നു കത്ത്. പ്രഭു സമ്മതം മൂളിയപ്പോൾ പോർഷ്യ കോടതിയിലേക്കു കയറിച്ചെന്നു. യുവാവായ ബാൽത്തസാർ വക്കീലിന്റെ വേഷത്തിൽ എത്തിയ അവരെ കണ്ടിട്ട് ബസാനിയോക്കുപോലും തിരിച്ചറിയാൻ പറ്റിയില്ല.

അങ്ങനെ കേസ് വിസ്താരം തുടങ്ങി. കരാർ താൻ ഒപ്പിട്ടു കൊടുത്തതുതന്നെയാണ് എന്ന് അന്റോണിയോ സമ്മതിച്ചു.

“എങ്കിൽപ്പിന്നെ കരാർ അനുസരിച്ചുതന്നെ കാര്യങ്ങൾ നടക്കണം. അല്ലെങ്കിൽ ഷൈലോക്ക് കരുണ കാണിക്കണം.” പോർഷ്യ പറഞ്ഞു.

“ഞാനെന്തിനു കരുണ കാണിക്കണം?” ഷൈലോക്ക് എതിർത്തു സംസാരിച്ചു?

അപ്പോൾ പോർഷ്യ കരുണയുടെ മഹത്വം വിവരിച്ചു.

“കരുണ നിർബന്ധം കൊണ്ടുവരുന്ന ഒന്നല്ല. അത് സൗമ്യമായ മഴപോലെ താനെ വീഴേണ്ടതാണ്. സ്വർഗത്തിൽനിന്നും വീഴേണ്ടതാണ്. നല്ല മനസിൽനിന്നും വരേണ്ടതാണ്. അത് കൊടുക്കുന്നവനെ അനുഗ്രഹിക്കുന്നു. വാങ്ങുന്നവനേയും അനുഗ്രഹിക്കുന്നു.... നിങ്ങൾ കരുണ കാണിച്ചാലേ അന്റോണിയോ രക്ഷപ്പെടൂ. അല്ലെങ്കിൽ അന്റോണിയോ പിഴ തന്നേ തീരൂ. വെനീസിലെ ഈ കർശനമായ കോടതി അന്റോണിയോക്കെതിരെ വിധി പ്രഖ്യാപിക്കേണ്ടിവരും.” പോർഷ്യ തീരുമാനം പറഞ്ഞു.

“എനിക്കു കരാർ നടപ്പാക്കണം. പിഴ തന്നെ വേണം.” ഷൈലോക്ക് ആവർത്തിച്ചു.

പോർഷ്യ കരാർ വാങ്ങിവായിച്ചിട്ട് വിധി പ്രഖ്യാപിച്ചു: “ഈ കരാർ പിഴയൊടുക്കണമെന്നു വ്യക്തമായി പറയുന്നു. നിയമപരമായി ഷൈലോക്കിന് ഒരു റാത്തൽ മാംസം ആവശ്യപ്പെടാം. അത്

അന്റോണിയോയുടെ ഹൃദയത്തിനടുത്തുനിന്നുതന്നെ അയാൾക്കു മുറിച്ചെടുക്കാം..."

വിധികേട്ട് ഷൈലോക്ക് ആഹ്ലാദിച്ചു. പോർഷ്യയുടെ നേരെ തിരിഞ്ഞ് അയാൾ പറഞ്ഞു: "താങ്കൾ വിധി പറയാൻ വന്ന ദാനിയേൽ തന്നെ. ബുദ്ധിമാൻ തന്നെ."

പോർഷ്യ വീണ്ടും ഷൈലോക്കിനു നേരെ തിരിഞ്ഞുപറഞ്ഞു: "എങ്കിലും താങ്കൾ ദയവായി കരുണ കാണിക്കൂ. മൂന്നിരട്ടി പണം വാങ്ങിച്ചിട്ട് ഈ കരാർ കീറിക്കളയാൻ എന്നെ അനുവദിക്കൂ."

"ഇല്ലാ; ഇല്ല! എന്റെ ആത്മാവാണേ ഞാൻ ശപഥം ചെയ്യുന്നു. ഞാൻ കരാറിൽ ഉറച്ചുനിൽക്കും."

അപ്പോൾ പോർഷ്യ പറഞ്ഞു:

"എങ്കിൽ അന്റോണിയോ നിങ്ങൾ മരിക്കാൻ തയാറായിക്കൊള്ളൂ. നിങ്ങളുടെ നെഞ്ചു തുറന്നുകാട്ടി നിൽക്കൂ. ഷൈലോക്ക്, മാംസം തൂക്കാനുള്ള ത്രാസ് നിങ്ങൾ കൊണ്ടുവന്നിട്ടുണ്ടല്ലോ."

"ഉണ്ട്." ഷൈലോക്ക് പറഞ്ഞു.

"എങ്കിൽ അന്റോണിയോയുടെ ഒരു റാത്തൽ മാംസം ഷൈലോക്കിന് അവകാശപ്പെട്ടതാണ് എന്ന് ഈ കോടതി വിധി പ്രസ്താവിക്കുന്നു."

പോർഷ്യ വിധി പറഞ്ഞു. അന്റോണിയോ ബസാനിയോയോടു യാത്ര പറഞ്ഞ് മരിക്കാൻ തയാറായി നെഞ്ച് കാണിച്ചുനിന്നു.

"ഏറ്റവും നീതിമാനായ ന്യായാധിപൻ." ഷൈലോക്ക് പോർഷ്യയെ സ്തുതിച്ചു. പിന്നെ കത്തി തേച്ചു മൂർച്ചകൂട്ടാൻ തുടങ്ങി.

അപ്പോൾ അതീവ ഗൗരവത്തോടെ തല ഉയർത്തി ഷൈലോക്കിന്റെ കണ്ണിൽത്തന്നെ നോക്കിക്കൊണ്ട് പോർഷ്യ പറഞ്ഞു. "ഒരു കാര്യം നിങ്ങൾ അറിയണം. ഈ കരാറിൻ പ്രകാരം നിങ്ങൾക്ക് ഒരു തുള്ളി രക്തത്തിനുപോലും അവകാശമില്ല. കരാറിൽ കൃത്യമായി പറഞ്ഞിട്ടുള്ളത് എന്താണ്? ഒരു റാത്തൽ മാംസം എന്നു മാത്രം. കരാർ കൃത്യമായി നിങ്ങൾ നടപ്പിലാക്കിക്കൊള്ളൂ. നിങ്ങൾക്ക് അവകാശപ്പെട്ട ഒരു റാത്തൽ മാംസം എടുത്തുകൊള്ളൂ. പക്ഷേ, അത് മുറിച്ചെടുക്കുമ്പോൾ അന്റോണിയോയുടെ ശരീരത്തിലെ ഒരു തുള്ളി രക്തമെങ്കിലും നഷ്ടപ്പെട്ടാൽ നിങ്ങൾക്കു ശിക്ഷ ലഭിക്കും. വെനീസിലെ നിയമമനുസരിച്ച് ആ തെറ്റിന് നിങ്ങളുടെ മുഴുവൻ സ്വത്തും സർക്കാരിലേക്കു കണ്ടുകെട്ടുന്നതാണ്."

ഷൈലോക്ക് അതുകേട്ടു ഞെട്ടി. ഇടിവെട്ടേറ്റവനെപ്പോലെ മ

രവിച്ചുനിന്നുപോയി. അയാളുടെ വീറും വാശിയും പമ്പകടന്നു. താൻ അതിഭയങ്കരമായ ഒരു വെട്ടിലാണു വീണിരിക്കുന്നതെന്ന് അയാൾക്കു മനസിലായി. അതിൽനിന്നും തലയൂരി പോവുകയേ ഇനി വഴിയുള്ളൂ. അയാൾ ക്ഷീണിച്ച ശബ്ദത്തിൽ വിറച്ചുകൊണ്ടു പറഞ്ഞു: "എങ്കിൽ നേരത്തെ പറഞ്ഞതുപോലെ എനിക്ക് മൂന്നിരട്ടി പണം തന്നിട്ട് ആ മനുഷ്യനെ വെറുതെവിട്ടേക്കൂ."

പക്ഷേ, പോർഷ്യ ഗൗരവം വിടാതെ പറഞ്ഞു: "ഇല്ല, നിങ്ങൾ നിയമം ആവശ്യപ്പെട്ടു. നീതി ചോദിച്ചു. കരുണ കൈവെടിഞ്ഞു. നിങ്ങൾക്ക് ഇനി ഈ നീതി മാത്രമേ കിട്ടൂ. പിഴ മാത്രമേ കിട്ടൂ. നിങ്ങൾ ഇയാളുടെ ശരീരത്തിൽനിന്നും ഒരു റാത്തൽ മാംസം മുറിച്ചെടുത്തോളൂ. പക്ഷേ, ഒരു തുള്ളി രക്തം പുറത്തു വരരുത്. കൃത്യം ഒരു റാത്തൽ തന്നെ മുറിച്ചെടുക്കണം. അൽപ്പമെങ്കിലും കൂടുതലോ കുറവോ മുറിച്ചാൽ, ഒരു തലനാരിനും മാറ്റം വന്നാൽ, നിങ്ങൾ കരാർ ലംഘിച്ചതായി കണക്കാക്കും. നിങ്ങൾ വധിക്കപ്പെടും. നിങ്ങളുടെ സ്വത്തുക്കൾ കണ്ടുകെട്ടും."

ഷൈലോക്ക് വീണ്ടും ഞെട്ടി. അയാൾ കോടതി മുൻപാകെ കരഞ്ഞുപറഞ്ഞു.

"എന്റെ മുതലുമാത്രം തന്നാൽ മതി. ഞാൻ പൊയ്ക്കൊള്ളാം."

"ഇല്ല. നിങ്ങൾക്ക് പിഴ മാത്രമേ കിട്ടൂ." പോർഷ്യ കൂടുതൽ ഉറച്ച ശബ്ദത്തിൽ വിധി പറഞ്ഞു.

"എനിക്കു മുതൽ പോലും തരില്ലേ? എങ്കിൽ വേണ്ട. ചെകുത്താൻ അയാൾക്കു വേണ്ടതു കൊടുക്കട്ടെ. ഞാൻ പോയേക്കാം." ഷൈലോക്ക് പോകാനൊരുങ്ങി.

അപ്പോൾ പോർഷ്യ അയാളെ തടഞ്ഞുകൊണ്ടു പറഞ്ഞു.

"നിൽക്കൂ. വെനീസിലെ നിയമത്തിന് നിങ്ങളിൽ വേറൊരു പിടിയുമുണ്ട്. ഒരു വിദേശി ഒരു വെനീസ് പൗരന്റെ ജീവൻ അപകടപ്പെടുത്താൻ ശ്രമിച്ചു എന്നു തെളിഞ്ഞാൽ ആ വിദേശി ശിക്ഷിക്കപ്പെടും. അയാളുടെ സ്വത്തിന്റെ പകുതി പീഡിപ്പിക്കപ്പെട്ടയാളിന് അവകാശപ്പെടാം. മറ്റേ പകുതി സർക്കാരിലേക്കും കണ്ടുകെട്ടും. കുറ്റം ചെയ്ത വിദേശിയുടെ ജീവൻ പ്രഭുവിന്റെ കൈയിലാണ്. അദ്ദേഹം മാപ്പു തന്നാൽ മാത്രമേ താങ്കൾക്കിനി ജീവൻ ഉണ്ടാകൂ."

വിധിയുടെ ഈ ഭാഗംകൂടി കേട്ടതോടെ ഷൈലോക്ക് തളർന്നു. മരിച്ച മട്ടായി. "എന്റെ ജീവനടക്കം എല്ലാം എടുത്തോളൂ. സ്വത്തു പോയിട്ട് ഞാനെന്തിനു ജീവിക്കണം?" അയാൾ വിലപിച്ചു.

അവസാനം അന്റോണിയോയുടെ ഒരു നിർദേശം കോടതി അംഗീകരിച്ചു. ഷൈലോക്കിന്റെ മുഴുവൻ സ്വത്തും അദ്ദേഹത്തിന്റെ മരണശേഷം ലൊറെൻസോയ്ക്കും ജെസിക്കയ്ക്കുമായി ഇഷ്ടദാനം കൊടുക്കണമെന്നായിരുന്നു ആ നിർദേശം.

ഷൈലോക്ക് അതു സമ്മതിച്ച് സ്ഥലം വിട്ടു. കോടതി പിരിയുകയും ചെയ്തു. അതിനുശേഷം ബസാനിയോ വക്കീൽ വേഷത്തിലുള്ള പോർഷ്യയോട് എന്തെങ്കിലും ഒരു സമ്മാനം സ്വീകരിക്കണമെന്ന് കെഞ്ചി. പണമൊന്നും സ്വീകരിക്കാൻ ആ വക്കീൽ തയാറായില്ല. ബസാനിയോയുടെ കൈയിൽ കിടക്കുന്ന മോതിരമാണ് അയാൾ ആവശ്യപ്പെട്ടത്. അത് വിവാഹമോതിരമാണ് എന്നു പറഞ്ഞിട്ടൊന്നും വക്കീൽ സമ്മതിച്ചില്ല. അന്റോണിയോകൂടി നിർബന്ധിച്ചപ്പോൾ ബസാനിയോ മോതിരം ഊരിക്കൊടുത്തു. വക്കീൽ ഗുമസ്തന്റെ വേഷത്തിൽ നിന്നിരുന്ന നെരിസയും അതുപോലെ നിർബന്ധം പറഞ്ഞ് ബസാനിയോയുടെ സുഹൃത്തായ ഗ്രാഷിയാനോയുടെ കൈയിലെ മോതിരവും ചോദിച്ചുവാങ്ങി. ഷൈലോക്കിൽനിന്നും എഴുതിവാങ്ങിയ ഇഷ്ടദാനക്കരാറുമായി അവർ അതിവേഗം വെനീസ് വിട്ടു. തങ്ങളുടെ ഭർത്താക്കന്മാർ എത്തുംമുൻപ് ബെൽമോണ്ടിലെത്തണമല്ലോ.

ഇനിയാണ് തമാശ. പോർഷ്യയുടെ വീട്ടിൽ പോർഷ്യയും നെരിസയും ശരിയായ വേഷം ധരിച്ച് എത്തി. തൊട്ടു പുറകെ ബസാനിയോയും അന്റോണിയോയും ഗ്രാഷിയാനേയും മറ്റുമെത്തി. ബസാനിയോ അന്റോണിയോയെ പോർഷ്യയ്ക്ക് പരിചയപ്പെടുത്തി. പോർഷ്യ എല്ലാവരേയും സ്നേഹപൂർവം വീട്ടിലേക്ക് സ്വാഗതം ചെയ്തു. അതാ അപ്പോൾ അവിടെ ഒരു ബഹളം. നെരിസ അവളുടെ ഭർത്താവായ ഗ്രാഷിയാനോയുമായി വഴക്കുണ്ടാക്കുന്നതായിരുന്നു മറ്റുള്ളവർ കേട്ടത്.

“എന്താ ഇപ്പോഴെ രണ്ടുപേരും തമ്മിൽത്തല്ലാൻ തുടങ്ങിയോ?” പോർഷ്യ ഒരു കള്ളച്ചിരിയോടെ ചോദിച്ചു.

അപ്പോൾ ഗ്രാഷിയാനോ പരാതി പറഞ്ഞു: “ഇവൾ ഒരു വിലയുമില്ലാത്ത ഒരു മോതിരത്തിന്റെ കാര്യം പറഞ്ഞാണു വഴക്കുണ്ടാക്കുന്നത്. എന്നെ പ്രേമിക്കൂ, എന്നെ കൈവിടരുത്' എന്ന് അതിലെഴുതിയിരുന്നുപോലും.”

നെരിസ വിട്ടില്ല. അവൾ ചൂടായി പറഞ്ഞു: “പക്ഷേ ആ മോതിരം നിങ്ങൾക്കു തന്നപ്പോൾ നിങ്ങൾ എന്തായിരുന്നു എന്നോട്

ആണയിട്ടു പറഞ്ഞിരുന്നത്? നിങ്ങൾ മരണം വരെ അതിടുമെന്ന്! മരിച്ച് അടക്കം ചെയ്യുമ്പോൾ ഒപ്പം അതും അടക്കം ചെയ്യണമെന്നും! എനിക്കു തീർച്ചയാണ് നിങ്ങൾ അത് വേറെ ഏതെങ്കിലും പെണ്ണിനു കൊടുത്തതാണ്."

വഴക്കു കണ്ടു രസിച്ചുകൊണ്ട് പോർഷ്യ പറഞ്ഞു. "ഗ്രാഷി യാനോ, നിങ്ങളെയാണു കുറ്റം പറയേണ്ടത്. നിങ്ങൾ അത് ഒരി ക്കലും ഊരി ഒരു ഗുമസ്തനും കൊടുക്കരുതായിരുന്നു. അതു നി ങ്ങളുടെ വിവാഹമോതിരമല്ലേ? ഞാൻ എന്റെ ബസാനിയോയ്ക്കും ഒരു മോതിരം കൊടുത്തിട്ടുണ്ട്. അദ്ദേഹം അത് ഒരിക്കലും വിര ലിൽനിന്ന് ഊരുകയോ മറ്റൊരാൾക്കു കൊടുക്കുകയോ ചെയ്യുക യില്ല എന്ന് എനിക്ക് ഉറപ്പുണ്ട്!"

ബസാനിയോ നിന്ന് ഉരുകി! അവസാനം മോതിരം വക്കീലിനു കൊടുത്ത കാര്യം പുറത്തായി. പോർഷ്യ ദേഷ്യം അഭിനയിച്ചു. അന്റോണിയോ ഇടയ്ക്കു കയറി ബസാനിയോക്കുവേണ്ടി മാപ്പു ചോദിച്ചു. അപ്പോൾ നാടകീയമായി പോർഷ്യ ഒരു മോതിരമെടുത്തു നീട്ടിക്കൊണ്ടു പറഞ്ഞു: "ഇതാ ഈ മോതിരമെങ്കിലും സൂക്ഷി ക്കാമെന്ന് അങ്ങ് സത്യം ചെയ്യൂ."

അതുകണ്ട് ബസാനിയോ അത്ഭുതപ്പെട്ടു. ഇതെങ്ങനെ ഇവളു ടെ കൈയിലെത്തി? ഏതായാലും കുറെനേരം രണ്ടു പുരുഷന്മാ രേയും അങ്ങനെ പെണ്ണുങ്ങൾ ശരിക്കും കുരങ്ങു കളിപ്പിച്ചു. പിന്നെ സത്യം പറഞ്ഞു. വെനീസിലെത്തി കേസു വാദിച്ച ചെറുപ്പക്കാരൻ വക്കീൽ പോർഷ്യയായിരുന്നു എന്നും വെളിപ്പെടുത്തി. എല്ലാവരും പോർഷ്യയുടെ ബുദ്ധിസാമർഥ്യത്തെ പ്രശംസിച്ചു.

അപ്പോൾ പോർഷ്യ മറ്റൊരു സന്തോഷവാർത്തയും പുറത്തു വിട്ടു: "അന്റോണിയോ നിങ്ങൾക്കായി ഒരു നല്ല വാർത്തയും എന്റെ കൈയിലുണ്ട്. ഇതാ ഈ കത്തു വായിക്കൂ. നിങ്ങളുടെ മൂന്നു കപ്പലു കൾ, നിറയെ പണവുമായി വെനീസിൽ തിരിച്ചെത്തിയിരിക്കുന്നു എന്നാണ് ഈ കത്തിലുള്ളത്."

അന്റോണിയോയ്ക്ക് ആഹ്ലാദംകൊണ്ടു മിണ്ടാൻപോലും വ യ്യാതായി. കത്തുവായിച്ചിട്ട് ഇടറിയ ശബ്ദത്തോടെ അയാൾ പറഞ്ഞു: "സുന്ദരിയായ യുവതീ, നിങ്ങൾ എനിക്കു ജീവനും ജീവിതവും തന്നിരിക്കുന്നു."

എല്ലാം കണ്ടും കേട്ടും ആഹ്ലാദിച്ച് അടുത്തുനിന്നിരുന്ന ലൊറെൻസോയെ നോക്കി അപ്പോൾ പോർഷ്യ പറഞ്ഞു: "എന്റെ

ഗുമസ്തൻ നിങ്ങൾക്കും ഒരു സന്തോഷവാർത്ത സമ്മാനിക്കുന്നുണ്ട്."

നെരിസ ചിരിച്ചുകൊണ്ടു പറഞ്ഞു: "അതെ. ഞാനത് കൂലിയൊന്നും വാങ്ങാതെ തന്നേക്കാം. ഇതാ ഷൈലോക്കിന്റെ മുഴുവൻ സ്വത്തും നിങ്ങൾക്കായി ഇഷ്ടദാനം തന്നിരിക്കുന്ന രേഖ. ജെസിക്കയെ കട്ടുകൊണ്ടു പോന്നപ്പോൾ സ്വത്തൊന്നും തരില്ല എന്നു പ്രതിജ്ഞയെടുത്തിരുന്നതാണ് പാവം വയസ്സൻ!"

ലൊറെൻസോ അപ്പോൾ അത്യാഹ്ലാദത്തോടെ പറഞ്ഞു: "സുന്ദരിമാരേ, വിശന്നു വലഞ്ഞവർക്കെല്ലാം നിങ്ങൾ അമൃതുമായാണല്ലോ എത്തിയിരിക്കുന്നത്."

അങ്ങനെ എല്ലാം ശുഭമായി കലാശിച്ചു. നേരം പ്രഭാതമായി വരുന്നുണ്ടായിരുന്നു. അവരുടെയെല്ലാം മനസിൽ പുതിയ ആശകളും ആഹ്ലാദവും പകർന്നുകൊണ്ട് പ്രഭാതത്തിന്റെ സംഗീതവും പ്രകാശവും അവിടെയെങ്ങും നിറഞ്ഞുതുടങ്ങി. അത് ആഹ്ലാദത്തിന്റെ പുതുപുത്തൻ പ്രഭാതം തന്നെയായിരുന്നു.

(വില്യം ഷേക്സ്പിയറുടെ *ദി മെർച്ചന്റ് ഓഫ് വെനീസ്* എന്ന നാടകത്തിന്റെ കഥാസംഗ്രഹം.)

# 15

## ഒരു മാന്ത്രികന്റെ കഥ

**മി**രാൻഡ! എത്ര സുന്ദരമായ പേര്. പേരുപോലെ തന്നെയായിരുന്നു ആളും. മിരാൻഡ സുന്ദരിയായിരുന്നു. വിരിഞ്ഞുനിന്നു പുഞ്ചിരിക്കുന്ന ഒരു പൂപോലെ സുന്ദരിയായിരുന്നു അവൾ. സ്വർണത്തിനു സുഗന്ധമുണ്ടായാലോ? ഹായ്! അതുപോലെയായിരുന്നു മിരാൻഡ. അവൾക്ക് സൗന്ദര്യത്തോടൊപ്പം സൽസ്വഭാവവും അറിവും ഉണ്ടായിരുന്നു. എല്ലാം തികഞ്ഞ ആ സുന്ദരിക്കുട്ടിയെ കണ്ടാൽ ഒരു ദേവതയാണെന്നേ ആരും പറയൂ. ആ കൊച്ചു മാലാഖയുടെ കഥ കേൾക്കൂ.

കഥ തുടങ്ങുമ്പോൾ മിരാൻഡ ഒരു ദ്വീപിലായിരുന്നു താമസം. അങ്ങകലെ കരകാണാക്കടലിനു നടുവിലൊരു കൊച്ചു ദ്വീപ്. ദ്വീപിൽ മിരാൻഡ. കൂടെ അച്ഛനും. അച്ഛൻെറ പേര് പ്രോസ്പെറോ. അച്ഛൻ ഒരു മഹാമാന്ത്രികനായിരുന്നു. ആരും താമസമില്ലാത്ത ആ ദ്വീപിൽ അവർ എങ്ങനെ എത്തി? അതൊരു കഥയാണ്. ആ കഥ പുറകെ പറയാം. ആദ്യം മിരാൻഡ കണ്ട ഭീകരമായ ഒരു കാഴ്ചയെപ്പറ്റി പറയട്ടെ.

മിരാൻഡ കരകാണാക്കടലിൽ കണ്ണും നട്ടിരിക്കുകയായിരുന്നു. കടലിലൂടെ ഒരു കപ്പൽ നീങ്ങുന്നുണ്ടായിരുന്നു. അപ്പോഴാണ് അവിടെ ഒരു കൊടുങ്കാറ്റുണ്ടായത്. കാറ്റ് കപ്പലിനെ വട്ടം കറക്കി അമ്മാനമാടി. അതുകണ്ട് മിരാൻഡ പേടിച്ചുപോയി. എന്നാൽ, കപ്പലിന്റെ കറക്കംകണ്ട് പ്രോസ്പെറോ ചിരിച്ചുപോയി.

അദ്ദേഹം മകളോടു പറഞ്ഞു:

"മോളേ, ആ കപ്പൽ നിറയെ നമ്മെപ്പോലുള്ള മനുഷ്യരാണ്!"

കപ്പൽ പൊങ്ങുന്നു. താഴുന്നു. ചെരിയുന്നു. മിരാൻഡ ആ കാഴ്ച കണ്ടു കരഞ്ഞുപോയി.

"അച്ഛാ, അച്ഛൻ മാന്ത്രികശക്തികൊണ്ട് ഉണ്ടാക്കിയതാണോ ആ കൊടുങ്കാറ്റ്? അയ്യോ, കപ്പൽ ഇപ്പോൾ തകരും. അതിലുള്ളവരുടെ കൂട്ടക്കരച്ചിൽ അച്ഛൻ കേൾക്കുന്നില്ലേ അവരെല്ലാം ഇപ്പോൾ മുങ്ങിമരിക്കും. എനിക്കതു കാണാൻ വയ്യ!" അവൾ ഇരുകൈകൊണ്ടും മുഖം പൊത്തി.

എന്നാൽ പ്രോസ്പെരോ അനങ്ങിയില്ല. കൊടുങ്കാറ്റിനെ ഇല്ലാതാക്കിയില്ല. അപ്പോൾ മിരാൻഡ പറഞ്ഞുപോയി:

"എനിക്കു മന്ത്രശക്തിയുണ്ടായിരുന്നെങ്കിൽ... എങ്കിൽ ഞാൻ ഈ കടലിനെ ഭൂമിക്കുള്ളിലേക്കു താഴ്ത്തിക്കളഞ്ഞേനെ. ആ കപ്പലിനെ രക്ഷിച്ചേനെ..."

പ്രോസ്പെരോ മകളെ തന്നോടു ചേർത്തുപിടിച്ച് തഴുകി ആശ്വസിപ്പിച്ചു:

"പൊന്നുമോളേ, കരയാതിരിക്കൂ, പേടിക്കാതിരിക്കൂ. ആ കപ്പലിന് ഒന്നും സംഭവിക്കുകയില്ല. അതിലെ യാത്രക്കാർക്ക് ഒരു പോറൽപോലും വീഴുകയില്ല. ഞാൻ ആ കപ്പലിനെ കൊടുങ്കാറ്റിൽപ്പെടുത്തിയത് നിനക്കു വേണ്ടിയാണ്. നിന്നെ മഹാറാണിയാക്കാൻ."

"എനിക്കു വേണ്ടിയോ? എന്നെ മഹാറാണിയാക്കാനോ." മിരാൻഡയ്ക്ക് ഒന്നും മനസിലായില്ല. അവൾ അത്ഭുതത്തോടെ അച്ഛന്റെ നേരെ നോക്കി. അവളുടെ ചോദ്യഭാവംകണ്ട് പ്രോസ്പെരോ ചിരിച്ചു. അവളെ തലോടി ആശ്വസിപ്പിച്ചുകൊണ്ടു പറഞ്ഞു:

"എന്റെ പൊന്നുമോളേ, നീ സമാധാനമായിരിക്കൂ. എല്ലാ രഹസ്യങ്ങളും നീ അറിയാൻ പോവുകയാണ്. നിനക്ക് ഇപ്പോൾ 15 വയസുണ്ട്. പക്ഷേ, നീ ആരാണ് എന്നുപോലും നിനക്കറിയുമോ? ഇല്ല. നീ പല പ്രാവശ്യം ചോദിച്ചതാണ്. ഞാൻ ആ രഹസ്യം പറയാതെ അന്നൊക്കെ ഒഴിഞ്ഞുമാറി. ഇനി ഞാൻ അതു പറയാം. നീ മിലാനിലെ രാജകുമാരിയാണ്. കാരണം ലളിതം. ഞാൻ മിലാനിലെ രാജാവാണ്. എന്നാൽ വിധി നമ്മെ ഈ ദ്വീപിലെത്തിച്ചു. അതൊരു കഥയാണ്. പഴയ കഥ."

മിരാൻഡ ആ കഥ കേൾക്കാൻ കാതോർത്തിരുന്നു. പ്രോസ് പെരോ കഥ പറയാനും തുടങ്ങി.

"ഞാൻ ശക്തനായ ഭരണാധികാരിയായിരുന്നു. പ്രജകളുടെ കണ്ണിലുണ്ണിയുമായിരുന്നു. അന്ന് നേപ്പിൾസിലെ മഹാരാജാവിന് എന്നെ കീഴടക്കാൻ കഴിഞ്ഞിരുന്നില്ല. അങ്ങനെ കാലം കുറെ കഴിഞ്ഞു. അന്നൊക്കെ എനിക്കു വായനയോടായിരുന്നു കമ്പം. അതിനാൽ രാജ്യഭരണം ഞാൻ എന്റെ അനിയനായ അന്റോണി യോയെ ഏൽപ്പിച്ചു. ഞാൻ പുസ്തകവായനയിലും പഠനത്തിലും മുഴുകി. അന്റോണിയോ ഞാൻ അറിയാതെ നേപ്പിൾസിലെ മഹാ രാജാവായ അലോൺസോയുമായി ബന്ധപ്പെട്ടു. അദ്ദേഹത്തിനു കപ്പം കൊടുക്കാൻ സമ്മതിച്ചു. അദ്ദേഹത്തിന്റെ സഹായത്തോടെ എന്നെ മിലാനിൽനിന്നും നാടുകടത്തി.

എനിക്കു നീ മാത്രമേ സ്വന്തമായുണ്ടായിരുന്നുള്ളൂ. അന്നു നിനക്കു മൂന്നു വയസു മാത്രമായിരുന്നു പ്രായം. പട്ടാളക്കാർ എന്നെയും നിന്നെയും ഒരു കപ്പലിൽ കയറ്റി നടുക്കടലിലെത്തിച്ചു. പിന്നെ ഒരു വള്ളത്തിൽ ഇരുത്തി കടലിലേക്കു തള്ളി.

"എന്നാൽ, പട്ടാളക്കാരുടെ കൂട്ടത്തിൽ നമ്മുടെ ഒരു സുഹൃ ത്തുമുണ്ടായിരുന്നു. ഗോൺസാലോ പ്രഭു. മറ്റാരും അറിയാതെ അ ദ്ദേഹം വള്ളത്തിൽ എന്റെ പുസ്തകങ്ങളും കുറെ ആഹാരവും എ ടുത്തുവച്ചിരുന്നു. കാറ്റത്ത് ആടിയുലഞ്ഞ്, ഇഴഞ്ഞ് നമ്മുടെ വള്ളം ഈ ദ്വീപിലെത്തി. ഞാൻ നീയുമായി ഇവിടെ താമസവുമായി. നിന്റെ കൊഞ്ചലും കളിയും ചിരിയുംകണ്ട് ദുഃഖം മറന്ന് ഞാൻ ജീവിച്ചു. നിന്നെ നന്നായി പഠിപ്പിച്ചു മിടുമിടുക്കിയാക്കി.

"ഇപ്പോൾ ഇതാ എന്റെ ശത്രുക്കളെ ദൈവം എന്റെ അടു ത്തെത്തിച്ചിരിക്കുന്നു. ആ കപ്പലിൽ അവരുണ്ട്. ഞാൻ അവരെ ഈ ദ്വീപിലെത്തിക്കും. അതോടെ നമുക്ക് നഷ്ടപ്പെട്ടതെല്ലാം തിരിച്ചു കിട്ടും. തൽക്കാലം നീ അത്രയും അറിഞ്ഞാൽ മതി. ഇനി നീ ഒന്ന് ഉറങ്ങൂ."

പ്രോസ്പെരോ തന്റെ മാന്ത്രികവടികൊണ്ട് മകളെ ഒന്നു തൊട്ടു. ആ നിമിഷം അവൾ കണ്ണടച്ചു. ഉറങ്ങാൻ തുടങ്ങി. അപ്പോൾ പ്രോസ് പെരോ ആകാശത്തിലേക്കു നോക്കിക്കൊണ്ടു പറഞ്ഞു: "വരൂ ഏരി യൽ. എന്റെ അടുത്തു വരൂ. എല്ലാ വിശേഷങ്ങളും എന്നോടു പറയൂ."

ഏരിയൽ നല്ല സ്വഭാവമുള്ള ഒരു മായാരൂപിയായിരുന്നു. അവന് മായാരൂപികളായ കുറെ കൂട്ടുകാരുമുണ്ടായിരുന്നു. അവരൊക്കെ പണ്ട് ആ ദ്വീപിൽ താമസിച്ചിരുന്ന ഒരു മന്ത്രവാദിനിയുടെ അടിമകളായിരുന്നു. സിക്കോറാക്സ് എന്നായിരുന്നു ആ ദുഷ്ടയുടെ പേര്. അവൾ ഏരിയലിനെയും കൂട്ടുകാരെയും മരപ്പൊത്തിൽ തടവിലിട്ടിരിക്കുകയായിരുന്നു. അന്ന് ദ്വീപിൽ മന്ത്രവാദിനിയും മകൻ കാലിബനും മാത്രമേ ഉണ്ടായിരുന്നുള്ളൂ. മന്ത്രവാദിനി മരിച്ചു. പിന്നീടാണ് പ്രോസ്പെരോ ദ്വീപിലെത്തിയത്. ഏരിയലിനെയും കൂട്ടുകാരെയും പ്രോസ്പെരോ മരപ്പൊത്തിൽനിന്നു മോചിപ്പിച്ചു. ഏരിയൽ പ്രോസ്പെരോയുടെ സേവകനായി. ആ മായാരൂപിയെയാണ് കടലിൽ കൊടുങ്കാറ്റുണ്ടാക്കാനും കപ്പൽ കരയിലെത്തിക്കനും പ്രോസ്പെരോ നിയോഗിച്ചിരുന്നത്. പ്രോസ്പെരോയുടെ വിളികേട്ട് ഏരിയൽ എത്തി. അവൻ പറഞ്ഞു:

"പ്രഭോ, അങ്ങയുടെ നിർദേശങ്ങൾ ഞാൻ അതേപടി അനുസരിച്ചു. ഞാൻ ആ കപ്പലിനെ വട്ടം കറക്കി. ഇടിയും മിന്നലും തീയുമുണ്ടാക്കി യാത്രക്കാരെ കിടിലംകൊള്ളിച്ചു. അവർ പേടിച്ചു കടലിൽ ചാടി."

"ആരെങ്കിലും മരിച്ചോ?"

"ഇല്ല പ്രഭോ. എല്ലാവരും സുരക്ഷിതരാണ്. അവരെ ചിതറിച്ചു പല ഭാഗങ്ങളിലാക്കിയെന്നു മാത്രം. ഓരോരുത്തരും മറ്റുള്ളവർ മരിച്ചെന്നു കരുതി ദുഃഖിച്ചിരിക്കുകയാണ്."

"മിടുക്കൻ. നീ എല്ലാം ഭംഗിയായി ചെയ്തു. ഇനി ഞാൻ ഏൽപ്പിക്കുന്ന ജോലികൾ കൂടി ഭംഗിയായി ചെയ്തുതീർക്കുക. അപ്പോൾ ഞാൻ നിന്നെ സ്വതന്ത്രനാക്കും."

പ്രോസ്പെരോ മറ്റാരും കേൾക്കാതെ രഹസ്യമായി ഇനി ചെയ്യേണ്ടതെന്തെന്ന് ഏരിയലിനോടു പറഞ്ഞു. ഏരിയൽ പോയിക്കഴിഞ്ഞപ്പോൾ മകളെ ഉണർത്തി. ദ്വീപിൽ പണ്ടു താമസിച്ചിരുന്ന മന്ത്രവാദിനിയുടെ മകനായിരുന്നു പ്രോസ്പെരോയുടെ അടിമ. അവൻ ഒരു വൃത്തികെട്ട ജീവിയായിരുന്നു. കാലിബൻ എന്നാണ് അവന്റെ പേരെന്നു നേരത്തെ പറഞ്ഞല്ലോ. ഏരിയൽ എത്തും മുമ്പ് പ്രോസ്പെരോ കാലിബന് കുറെ പണികൾ കൊടുത്തു. വിറകു കൊണ്ടുവരാനും ഗുഹ വൃത്തിയാക്കാനും അവനോടു പറഞ്ഞു. എന്നിട്ട് മകളോടു വർത്തമാനം പറഞ്ഞിരുന്നു.

അതിനിടെ ഏരിയൽ ദ്വീപിന്റെ ഒരു ഭാഗത്തെത്തി. അദൃശ്യനായിട്ടാണ് അവൻ സഞ്ചരിക്കുന്നതെന്ന് ഓർക്കണം. അവിടെ ഒരു രാജകുമാരൻ ദുഃഖിച്ചിരിപ്പുണ്ടായിരുന്നു. നേപ്പിൾസിലെ രാജാവായ അലോൺസോയുടെ പ്രിയപുത്രൻ ഫെർഡിനാൻഡ് ആയിരുന്നു ആ കുമാരൻ. കപ്പൽ തകർന്നെന്നും തന്റെ അച്ഛൻ മരിച്ചെന്നും കരുതി കരയുകയായിരുന്നു അയാൾ. സുന്ദരനും സൽസ്വഭാവിയും ധീരനുമായിരുന്നു ആ കുമാരൻ. ഏരിയൽ അവന്റെയടുത്തെത്തി ഒരു പാട്ടുപാടി. പാട്ടുകേട്ട് അവൻ എഴുന്നേറ്റു. ചുറ്റും ആരെയും കാണാതെ അത്ഭുതപ്പെട്ടു. മായാരൂപികൾ നിറഞ്ഞ ഈ ദ്വീപ് ഏതെങ്കിലും ദേവതയുടേതാകാമെന്ന് അയാൾ കരുതി. പാട്ടിൽ ലയിച്ച് അയാൾ പാട്ടിനു പുറകെ നടന്നുപോയി. ഏരിയൽ കുമാരനെ മിരാൻഡയുടെ അടുത്തേക്ക് കൊണ്ടുപോവുകയായിരുന്നു. മിരാൻഡയെയും ഫെർഡിനാൻഡിനെയും തമ്മിൽ അടുപ്പിച്ച് വിവാഹിതരാക്കുകയായിരുന്നു പ്രോസ്പെരോയുടെ തന്ത്രം.

അകലെനിന്നും ഫെർഡിനാൻഡ് നടന്നു വരുന്നതു കണ്ട് പ്രോസ്പെരോ മിരാൻഡയോടു പറഞ്ഞു: "മോളേ, ആരാണ് ആ വരുന്നതെന്നു നോക്കൂ."

മിരാൻഡ അങ്ങോട്ടു നോക്കി. അതാ ഒരു രൂപം. എത്ര സുന്ദരമായ മുഖം. എത്ര വടിവൊത്ത ശരീരം. വിരിഞ്ഞ മാറ്. ഇങ്ങനെയും ഒരു മനുഷ്യനുണ്ടാകുമോ? ഇല്ല. ഇതൊരു ദേവൻതന്നെ. നടന്നടുക്കുന്ന യുവാവിന്റെ മുഖത്തുനിന്നും കണ്ണു പറിക്കാനാകാതെ മിരാൻഡ പറഞ്ഞു:

"അച്ഛാ, ഇദ്ദേഹം ഒരു ദിവ്യൻതന്നെ. ഈ ഭൂമിയിൽ ഞാൻ കണ്ടിട്ടുള്ള യാതൊന്നും ഇത്ര ശ്രേഷ്ഠമല്ല!"

പ്രോസ്പെരോ ചിരിച്ചുപോയി. അദ്ദേഹം പറഞ്ഞു: "എന്റെ കുട്ടീ, അയാൾ നമ്മെപ്പോലൊരു മനുഷ്യജീവി മാത്രമാണ്."

മിരാൻഡയ്ക്ക് ആദ്യം അതു വിശ്വാസമായില്ല. ആണുങ്ങളെല്ലാം അച്ഛനെപ്പോലെ താടിയും മീശയുമുള്ള ഗൗരവക്കാരാണ് എന്നായിരുന്നു അവൾ കരുതിയിരുന്നത്. എന്നാലിതാ ദേവതുല്യനായ ഒരു യുവാവ്. ഉദിച്ചുയരുന്ന ചന്ദ്രബിംബംപോലുള്ള മുഖം. മിരാൻഡയ്ക്ക് ആ കുമാരനെ കണ്ടപ്പോൾ തന്നെ ഇഷ്ടമായി.

ഫെർഡിനാൻഡ് മിരാൻഡയെ കണ്ട് അതിശയിച്ചുപോയി. ഇതാരാണ്? ഒരു മനുഷ്യസ്ത്രീയല്ല എന്നു തീർച്ച. മനുഷ്യകുലത്തിൽ

ജനിച്ച ഒരാൾക്കും ഇത്ര സൗന്ദര്യമുണ്ടായിരിക്കുകയില്ല. ഇവൾ ഒരു ദേവതതന്നെ. ഈ ദ്വീപിന്റെ ദേവത. ഫെർഡിനാൻഡ് മിരാൻഡയുടെ മുന്നിൽ തലകുനിച്ചു നിന്നു പ്രാർഥിച്ചു:

"ദേവീ, എന്റെ പ്രാർഥന കേൾക്കണേ. ഞാൻ ഈ ദ്വീപിൽ എങ്ങനെ ജീവിക്കണമെന്ന് ഉപദേശിക്കണേ!"

താൻ ദേവിയല്ലെന്നും ഒരു കന്യക മാത്രമാണെന്നും മിരാൻഡ പറഞ്ഞു. മിരാൻഡയ്ക്ക് ഫെർഡിനാൻഡിനോടു വലിയ പ്രേമം തോന്നി. വളരെ വളരെ വലിയ സ്നേഹം. ഫെർഡിനാൻഡിന് മിരാൻഡയോടും തോന്നി അതുപോലെയുള്ള സ്നേഹം. അവർ പരസ്പരം സ്നേഹിക്കുന്നതു കണ്ട് പ്രോസ്പെരോ ആഹ്ലാദിച്ചു. എന്നാൽ, പുറമെ സന്തോഷം പ്രകടിപ്പിച്ചില്ല. ഫെർഡിനാൻഡ് ചാരനാണെന്നും കള്ളനാണെന്നും പറഞ്ഞ് അയാളെ അപമാനിച്ചു. അങ്ങനെ പറയരുതേ എന്ന് മിരാൻഡ അപേക്ഷിച്ചുനോക്കി. ഫെർഡിനാൻഡ് വാളൂരി. പക്ഷേ, പ്രോസ്പെരോയുടെ മാന്ത്രികശക്തിമൂലം ഫെർഡിനാൻഡിനു വാൾ ഉയർത്താൻ പറ്റിയില്ല. പ്രോസ്പെരോ അതിക്രൂരനായി അഭിനയിച്ചു. ഫെർഡിനാൻഡിനോട് വൈകുന്നേരം വരെ വിറകു ചുമന്നു കൊണ്ടുവന്ന് അടുക്കിവയ്ക്കാൻ പറഞ്ഞു. എന്നിട്ടു പുസ്തകം വായിക്കാനായി ഗുഹയിലേക്കു പോയി.

പാവം രാജകുമാരൻ. ജീവിതത്തിലൊരിക്കലും അയാൾ വിറകു ചുമന്നിരുന്നില്ല. വെയിലിൽനിന്ന് വിറകു ചുമന്ന് അയാൾ വലഞ്ഞു. അതുകണ്ട് മിരാൻഡയുടെ കണ്ണു നിറഞ്ഞു. അങ്ങ് അൽപ്പം വിശ്രമിക്കൂ. പകരം ഞാൻ വിറകു ചുമക്കാം. മിരാൻഡ പറഞ്ഞു നോക്കി. എന്നാൽ ഫെർഡിനാൻഡ് അതു സമ്മതിച്ചില്ല. അയാൾ ജോലി ചെയ്തുകൊണ്ടിരുന്നു. അതിനിടെ മിരാൻഡയുമായി സംസാരിച്ചുകൊണ്ടുമിരുന്നു. മിരാൻഡയോളം സുന്ദരിയായ ഒരു പെൺകുട്ടി ഈ ലോകത്തിലില്ല എന്ന് അയാൾ പറഞ്ഞു. താൻ നേപ്പിൾസിലെ രാജകുമാരനാണെന്നും കപ്പലപകടത്തിൽ തന്റെ അച്ഛൻ മരിച്ചുപോയി എന്നും കുമാരൻ പറഞ്ഞു. ഇനി താനാണ് രാജാവാകേണ്ടത്. മിരാൻഡയായിരിക്കും തന്റെ രാജ്ഞി. അയാൾ അവൾക്കു വാക്കുകൊടുത്തു. താൻ ഫെർഡിനാൻഡിനെ മാത്രമേ വിവാഹം കഴിക്കൂ എന്ന് മിരാൻഡയും സത്യം ചെയ്തു.

അത്ഭുതം! അപ്പോൾ അവർക്കു മുമ്പിൽ പ്രോസ്പെരോ പ്രത്യക്ഷപ്പെട്ടു. അദ്ദേഹം അവരുടെയടുത്തുതന്നെയുണ്ടായിരുന്നു. മാന്ത്രി

കവിദ്യകൊണ്ട് അദ്ദേഹം മറഞ്ഞുനിൽക്കുകയായിരുന്നു. അവർക്ക് പരസ്പരം എത്രമാത്രം സ്നേഹമുണ്ട് എന്നു പരീക്ഷിക്കുകയായിരുന്നു. അവർക്കു മുമ്പിൽ പ്രത്യക്ഷപ്പെട്ടുകൊണ്ട് അദ്ദേഹം പറഞ്ഞു:

"കുട്ടികളെ ഞാൻ ഇവിടെത്തന്നെയുണ്ടായിരുന്നു. നിങ്ങൾ പറഞ്ഞതെല്ലാം ഞാൻ കേട്ടു. നിങ്ങളുടെ പരസ്പരമുള്ള സ്നേഹത്തിലും വിശ്വാസത്തിലും ബഹുമാനത്തിലും ഞാൻ സംതൃപ്തനാണ്. പ്രിയപ്പെട്ട ഫെർഡിനാൻഡ്, ഞാൻ നിങ്ങളോടു കഠിനമായി പെരുമാറി. അത് വെറുമൊരു പരീക്ഷണമായിരുന്നു. അങ്ങനെ നിങ്ങളോടു പെരുമാറിയതിനു മതിയായ നഷ്ടപരിഹാരം നൽകുന്നു. ഇതാ എന്റെ മകൾ മിരാൻഡയെ ഞാൻ നിങ്ങൾക്കു സമ്മാനിക്കുന്നു. ലോകത്ത് ഇത്രയേറെ വിലയുള്ള മറ്റൊന്നും ഇല്ല. അത്രയേറെ നന്മയും വിവേകവും സൗന്ദര്യവുമുള്ള ഇവളെ സ്വീകരിച്ചാലും."

ഫെർഡിനാൻഡ് അതുകേട്ട് ആനന്ദത്തിലാറാടി. മിരാൻഡയ്ക്ക് താൻ സ്വർഗത്തിലെത്തിയതുപോലെ തോന്നി.

"ഏരിയൽ, നീയും നിന്റെ കൂട്ടുകാരായ മറ്റ് അരൂപികളുംകൂടി ഇവിടെ ഒരു നാടകം കളിക്കൂ. ഈ കുട്ടികളെ സന്തോഷിപ്പിക്കൂ." പ്രോസ്പെരോ ഏരിയലിനോട് ആജ്ഞാപിച്ചു.

അതിരസകരമായിരുന്നു ആ നാടകം. അതു കഴിഞ്ഞപ്പോൾ പ്രോസ്പെരൊ പറഞ്ഞു: "കുട്ടികളേ, നിങ്ങൾ വർത്തമാനം പറഞ്ഞിരിക്കൂ. ഞാൻ കുറച്ചു സമയം കഴിഞ്ഞ് ഇവിടെ വരാം." അങ്ങനെ പറഞ്ഞിട്ട് പ്രോസ്പെരോ പുറത്തേക്കു പോയി. ഫെർഡിനാൻഡും മിരാൻഡയും വർത്തമാനത്തിൽ മുഴുകി.

ദ്വീപിൽ മറ്റൊരു ഭാഗത്ത് അലോൺസോ രാജാവും സംഘവും മകനെ തെരയുന്നുണ്ടായിരുന്നു. ഏരിയലും കൂട്ടുകാരും അവിടെയെത്തി. അവർക്കുവേണ്ടി അവരുടെ മുമ്പിൽ ഭക്ഷണം നിരത്തി. അവർ ഭക്ഷിക്കാൻ തുടങ്ങിയപ്പോൾ ഏരിയൽ ഒരു വിചിത്രരൂപത്തിൽ പ്രത്യക്ഷപ്പെട്ട് ചിറകിട്ടടിച്ച് ഭക്ഷണം തെറിപ്പിച്ചുകളഞ്ഞു. പിന്നെ അവരെ ഭയപ്പെടുത്തി. കഷ്ടപ്പെടുത്തി. അവർ ചെയ്ത പാപങ്ങൾ എണ്ണിയെണ്ണി പറഞ്ഞു: "പശ്ചാത്തപിക്കുക. ചെയ്ത തെറ്റുകൾ ഏറ്റുപറയുക. ഇനിയും നല്ലവരായി ജീവിക്കാമെന്നു പ്രതിജ്ഞയെടുക്കുക." അലോൺസോ രാജാവും പ്രോസ്പെരോയുടെ സഹോദരനായ അന്റോണിയോയും മറ്റും അവരുടെ തെറ്റുകൾ

മനസിലാക്കി. ചെയ്തുപോയ പാപങ്ങളിൽ പശ്ചാത്തപിച്ചു. ഇനിയും നല്ലവരായി ജീവിക്കാമെന്നു പ്രതിജ്ഞയെടുത്തു.

അപ്പോൾ അവിടേക്ക് ഒരു മനോഹരമായ ഗാനം ഒഴുകിയെത്തി. അരൂപിയായ ഏരിയലിന്റേതായിരുന്നു ആ മാന്ത്രികഗാനം. അവർ അതിൽ ലയിച്ചു. ആ ഗാനത്തിൽ മയങ്ങി അതു കേൾക്കുന്നിടത്തേക്കു നടന്നെത്തി. അവിടെ പ്രോസ്പെരോ നിന്നിരുന്നു. എന്നാൽ അവർക്ക് അദ്ദേഹത്തെ മനസിലായില്ല. അവർ ചെയ്ത തെറ്റുകൾ പ്രോസ്പെരോ എണ്ണിയെണ്ണി പറഞ്ഞപ്പോഴാണ് അവർക്ക് അദ്ദേഹത്തെ മനസിലായത്. അവർ തെറ്റുകൾ അംഗീകരിച്ചു. പശ്ചാത്താപത്തോടെ ക്ഷമ ചോദിച്ചു. അലോൺസോ രാജാവ് മിലാൻ പ്രോസ്പെരോയ്ക്കു തിരിച്ചു നൽകുന്നു എന്നും പറഞ്ഞു.

തന്റെ മകൻ മരിച്ചുപോയി എന്നായിരുന്നല്ലോ രാജാവിന്റെ വിചാരം. അദ്ദേഹം അക്കാര്യം പറഞ്ഞ് സങ്കടപ്പെട്ടു. പ്രോസ്പെരോ അപ്പോൾ തന്റെ ഗുഹയുടെ വാതിൽ തുറന്നു. അവരോട് അകത്തേക്ക് നോക്കാൻ പറഞ്ഞു. അവർ ആകാംക്ഷയോടെ ഉള്ളിലേക്കു നോക്കി. അതാ അവിടെ ഫെർഡിനാൻഡ് ഇരിക്കുന്നു. അതിസുന്ദരിയായ ഒരു പെൺകുട്ടിയുമായി ചതുരംഗം കളിച്ചു രസിക്കുന്നു!

"ദൈവമേ, ഇതു സത്യമോ? ഇത് എന്റെ പ്രിയപുത്രൻ ഫെർഡിനാൻഡ് തന്നെയോ?"

രാജാവ് കൺമുമ്പിൽ കാണുന്നത് വിശ്വസിക്കാനാകാതെ ചോദിച്ചുപോയി. ഫെർഡിനാൻഡ് ഓടിച്ചെന്ന് പിതാവിനെ ആലിംഗനം ചെയ്തു. രാജാവ് അപ്പോൾ മിരാൻഡയെ നോക്കി അത്ഭുതപ്പെട്ടു ചോദിച്ചു.

"നമ്മെ വേർപെടുത്തിയതും ഇപ്പോൾ ഒരുമിപ്പിച്ചതും ഈ ദേവതയാണോ മോനേ?"

മിരാൻഡ ദേവതയല്ലെന്നും പ്രോസ്പെരോയുടെ പൊന്നു മകളാണെന്നും അറിഞ്ഞപ്പോൾ രാജാവ് ആഹ്ലാദിച്ചു. സന്തോഷത്തോടെ അവരുടെ വിവാഹത്തിനു സമ്മതിക്കുകയും ചെയ്തു.

അങ്ങനെ എല്ലാവരും അത്യാഹ്ലാദത്തിൽ മുങ്ങിനിന്നപ്പോൾ പ്രോസ്പെരോ ഏരിയലിനെ വിളിച്ചുപറഞ്ഞു: "ഏരിയൽ, നീയും നിന്റെ കൂട്ടുകാരായ അരൂപികളും ഇനി പരിപൂർണമായും സ്വതന്ത്രരായിരിക്കുന്നു. നിങ്ങൾക്ക് പാട്ടുപാടിയും ആനന്ദിച്ചും ലോകമെങ്ങും പറന്നുനടക്കാം."

തന്റെ മകളെ ഫെർഡിനാൻഡ് രാജകുമാരൻ വിവാഹം ചെയ്യുന്നു. തനിക്കു തന്റെ രാജ്യവും തിരിച്ചു കിട്ടിയിരിക്കുന്നു. ഇനി തനിക്കെന്തിനാണ് ഈ മാന്ത്രികവിദ്യകൾ? പ്രോസ്പെരോ മാന്ത്രിക വിദ്യകൾ വിവരിക്കുന്ന പുസ്തകങ്ങൾ ദ്വീപിൽത്തന്നെ കുഴിച്ചിട്ടു. അടുത്ത ദിവസം കപ്പലിൽ മറ്റുള്ളവരുമായി നാട്ടിലേക്കു പോയി. അങ്ങനെ എല്ലാം ശുഭമായി കലാശിച്ചു.

(വില്യം ഷേക്സ്പിയറുടെ *ദ ടെമ്പസ്റ്റിന്റെ* കഥാസംഗ്രഹം.)

www.ingramcontent.com/pod-product-compliance
Lightning Source LLC
LaVergne TN
LVHW040814051026
849519LV00007BA/2626